(சிறுகதைகள்)

கோ. சுனில்ஜோகி

♦ ஓணி ♦ ஆசிரியர்: கோ. சுனில்ஜோகி© ♦ முதல் பதிப்பு: ஜூன் 2023 ♦ பக்கங்கள்: 136 ♦ வெளியீடு: மலர் புக்ஸ் 235, P. பிளாக் MMDA காலனி, அரும்பாக்கம், சென்னை – 600 106. பேச: 9382853646, 8825767500 மின்னஞ்சல்: parisalbooks@gmail.com ♦ அச்சுக்கோப்பு: வி. தனலட்சுமி ♦ அச்சாக்கம்: ஏ.எஸ்.எக்ஸ் பிரிண்டர்ஸ், சென்னை – 600 005.

♦ Sales Right : Parisal Putthaganilayam, Chennai - 600 106.

♦ OONI ♦ Author : G. Suniljoghee© ♦ First Edition: June 2023 ♦ Pages: 136 ♦ Published by Malar Books, No. 235, 'P' Block MMDA Colony, Arumbakkam, Chennai - 600 106. Mobile: 93828 53646, 8825767500 Email: parisalbooks@gmail.com ♦ Printed at: ASX Printers, Chennai - 5.

Rs. 150

ISBN: 978-93-91947-41-5

காணிக்கை
ஈர மாசி ஹெத்தைக்கு

சமர்ப்பணம்

விஜயகுமார் அப்பாவுக்கு, களம் ஆறுமுகம் ஐயாவுக்கு
குசேல் பிமன் ஐயாவுக்கு
மீதேனு, ஜோகி மாமாவுக்கு
பச்சநஞ்சன் அப்பாவுக்கு, எச்.எஸ்.பீமன் அப்பாவுக்கு
இராமகிருஷ்ணன் அப்பாவுக்கு, டிக்க கண்ணன் மாமாவுக்கு
கடிகி ஹெத்தைக்கு, மொட்டெ ஹெத்தைக்கு
குப்பி ஹெத்தைக்கு, மாதி ஹெத்தைக்கு
மனோ ரஞ்சித் அண்ணாவுக்கு

முகவுரை

மானுடவாழ்வு கடப்பாடு உடையது. அதிலும், குறிஞ்சிநில வாழ்வு கடப்பாடு மிகுந்தது. நீலகிரி போன்ற மலைப்பகுதியில் குன்றையும் குளிர்விக்கும் கடுங்குளிரிலும், மந்தைகளை அடித்துச்செல்லும் அடைமழையிலும் வாழ்வதற்குக் கடப்பாடு அடிப்படையானதாகும். இந்தக் கடப்பாடு இயற்கையோடும், இயற்கையோடு இயற்கையாகவே ஆகிபோன உறவுகளோடும் பின்னிப்பிணைந்தது; பிரிக்கவியலாதது. "ஓணி" எனும் இந்தத் தொகுப்பில் இடம்பெற்றுள்ள சிறுகதைகள் நீலகிரிவாழ் படகரின மக்களின் கடப்பாட்டினைப் பேசுபவை. யுனெஸ்கோவால் அங்கீகரிக்கப்பட்ட உலகப் பூர்வகுடிகளாக விளங்கும் இம்மக்களின் வாழ்க்கை தனித்துவம் மிக்கது. நீலகிரி மலைசார்ந்த இவர்களின் தகவமைப்பும், படிமலர்ச்சியும் வியப்பிற்குரியவை. இவர்களின் இயற்கை, உறவு பேணல் அபரிவிதமானவை. இம்மக்களின் இத்தகு வழுவாத, மரபோடு பிணைந்த கடப்பாட்டு வாழ்வின் அகப்புற கூறுகளை இக்கதைகள் காட்டுகின்றன. இத்தொகுப்பின் தலைப்பாக விளங்கும் "ஓணி" என்பது படகர்களின் இடப்பெயர். எருமைகள் நடந்துசெல்லும் பாதையைக் குறிப்பது. எருமைகளால் உருவான தடம் இது. ஆதியிலிருந்து படகர் வாழ்வியலின் இயங்குதடமாக விளங்கிவருவது. எருமைமந்தை பேணலைத் தமது வாழ்வியலாகக் கொண்டுள்ள இம்மக்களின் மரபின், பண்பாட்டின், உணர்வுகளின், பெருந்தொற்றுக் காலத் தாக்கத்தின் ஆன்ம உரையாடலின் சுவடுகளாக, எதிரொளியாக இக்கதைகள் விளங்குகின்றன. மேலும், இத்தொகுப்பில் "ஓணி" எனும் பெயரில் சிறுகதையொன்றும் இடம்பெற்றிருக்கின்றது. இக்கதை இவர்களின் மரபும், நவீனமும் கலந்த இருதளங்களைப் பேசும் புதுமுயற்சியாகும். இத்தொகுப்பில் இடம்பெற்றுள்ள எட்டுக் கதைகளில் ஏழு கதைகள் கனடாவிலிருந்து வெளிவரும்

கோ. சுனில்ஜோகி ● 5

பதிவுகள் மின்னதழில் வெளிவந்தவை. ஒரு கதை கனலி மின்னிதழில் வெளிவந்தது. அவ்வகையில், முறையே இந்த இதழ்களின் ஆசிரியர்களான பதிவுகள் வ.ந. கிரிதரன் மற்றும் கனலி க.விக்னேஷ்வரன் ஆகியோருக்கு எனது நன்றி. மேலும், பதிவுகள் மின்னிதழின் ஆசிரியர், எழுத்தாளர் வ.ந. கிரிதரன் அவர்கள் இத்தொகுப்பிற்குச் சாலப்பொருந்தும் சிறந்ததொரு வாழ்த்துரையொன்றினையும் நல்கியுள்ளார். அதற்கும் எனது மனமார்ந்த நன்றி. இந்நூலைச் சிறந்த முறையில் வெளியிட்ட மலர்புக்ஸ் பதிப்பகத்தாருக்கு நன்றி. எனது படைப்புகளுக்குத் தொடர்ந்து ஆக்கமும் ஊக்கமும் அளித்துவரும் பரிசல் பதிப்பகத்தின் நிறுவனர் திரு. சிவசெந்தில்நாதன் அவர்களுக்கு எனது நன்றி. இந்தத் தொகுப்பிற்கு உறுதுணையாக இருந்த களம் இலக்கிய அமைப்பு, குமரகுரு பன்முகக் கலை அறிவியல் கல்லூரி, குமரகுரு பன்முகக் கலை அறிவியல் கல்லூரியின் இளங்கலைத் தமிழ் (படைப்பாக்கம்) துறை, நா.மகாலிங்கம் தமிழாய்வு மையம் ஆகியோருக்கும் எனது நன்றி. இந்தக் கதைகள் இதழ்களில் வெளிவரும்போதெல்லாம் மின்னஞ் சல்வழி கருத்துரைத்து ஊக்கமூட்டிய படைப்பாளுமை திரு. சுப்ரபாரதிமணியன் அவர்களுக்கு என் நன்றி. இக்கதையின் செறிவாக்கத்திற்கு, இக்கதைகளைப் படித்துக் கருத்துரைத்த வானம்பாடி கவிஞர் க.அறிவன், பேராசிரியர் மு.கோகுல் பிரியன், எனது தந்தையார் ஆ.கோபால், பேராசிரியர்கள் முனைவர் செ.துரைமுருகன், திரு. ப.சுடலைமணி, முனைவர் ந.தீபா சரவணன், ஆவணப்பட இயக்குநர் திரு. மஞ்சிதோ கோபிநாத் மற்றும் குமரகுரு பன்முகக் கலை அறிவியல் கல்லூரியின் இளங்கலைத் தமிழ் (படைப்பாக்கம்) துறையின் மாணவர்கள் ஆகியோருக்கும் எனது நன்றி. இக்கதைகளைப் படித்து முகநூல்வழி கருத்துரைத்த அனைத்து அன்பர்களுக்கும் நன்றி. இந்நூலினைச் சிறந்தமுறையில் அச்சுக்கோப்புச் செய்துதவிய திருமதி. தனலட்சுமி அவர்களுக்கும் இந்த நூலிற்குரிய முகப்பு அட்டையை வடிவமைத்துத்தந்த திரு. சசிகுமார் ஆகியோருக்கும் எனது நன்றி. “ஓணி” பாதை காத்திருக்கிறது உங்கள் பயணத்திற்காக.

கோ.சுனில்ஜோகி
நீலகிரி,
14.06.2023
suniljogheema@gmail.com

உள்ளடக்கம்

ஜன்னிகெ	*9*
ஓக்காடு	*21*
தய்கெ	*44*
சுவ்வே	*63*
பெரணா	*78*
ஓணி	*92*
ஜள்ளெ	*115*
செம்பப்பு சக்கெ	*132*

ஜன்னிகெ

1

அளவில்லாத எம்மெ அவரையின்* இளங்கொழுந்துகளை உண்டிருந்த அந்த ஜன்னிகெ** எருமைக்கு நிற்காமல் கழிந்துகொண்டிருந்தது.

அது எவ்வளவோ அடக்க முயன்றது போலும். பயனில்லை. அதன் கட்டுப்பாட்டையும்மீறி விரிந்த குதம் இடைவிடாது கக்கிக்கொண்டிருந்தது.

அதன் கழிசலில் எழுந்த நாற்றமோ குடலைப் பிரட்டியது. இன்னும் நேரம் தாழ்த்தாமல் அதைச் சலசலத்து ஓடும் ‘ஜோனி’ ஆற்றிற்கு ஓட்டிச் செல்லவேண்டும். அருகிலேயே ‘தாட்டமொக்கெ’ ஆறு இருந்தாலும் இதற்கு ஜோனிதான் சிறந்தது. மண்டிக்கிடக்கும் புதரிலிருந்து ஓடிவரும் ஜோனியின் நீரிற்கு ஆதியிலிருந்து பல மூலிகைகள் பரிச்சயம்.

உவர்ப்பிற்காய் ஆங்காங்கே பரவியிருந்த பிங்கசப் பாறைகளை*** வெள்ளைப்படிந்த தன் நாவால் நக்கிக்கொண்டிருந்த அவ்வெருமையை அவசர அவசரமாக ஓட்டிச் சென்றான் மாதன். அந்த அவசரம் அதற்கும் புரிந்திருந்தது. எனினும், அதன் அசமந்த பார்வையில் மேலும் இளஞ்கொழுந்துகளை உண்ணும் எண்ணமே மிஞ்சியிருந்தது.

---

*எருமையின் நிறம் கொண்ட அவரை வகை

**இறந்த பெண்களின் நினைவாக விடப்பட்ட பெண் எருமைக்கன்று

***உப்புத்தன்மை கொண்ட பாறை

அதன் கோக்கை* பிடித்து சலிப்புடன் தள்ளினான். சிறிது தூரத்திலேயே அது மீண்டும் நின்றுகொண்டது. 'அன்னோடைக்கு செல்லும் அந்த ஒற்றையடிப் பாதைக்குக்கீழே, ஒரு சால்** தள்ளி பிஞ்சு விட்டிருந்த பச்சைப் பட்டாணித் தோட்டத்தைக் கண்டு தலையைத் தூக்கி தன் ஆர்வத்தைக் காட்டியது. தன் பற்கள் தெரியும்படி வாயை அசைத்துக்கொண்டே தோட்டத்தையும் அவனையும் மாறி மாறி பார்த்துக் கொண்டிருந்தது. மீண்டும் அதன் 'கோக்கினை' பிடித்து அவன் வேகமாகத் தள்ளினான். அது கழிந்துகொண்டே ஜோனியை நோக்கி ஓடியது.

சலசலத்து ஓடும் ஜோனியைத் தொட்டு வணங்கி, அதனை அதில் இறக்கினான். அந்நொடிக்குக் காத்திருந்ததுபோல, அவ்வாற்றையே உரிஞ்சித் தீர்த்துவிடும் வேட்கை அதற்கு. அது நீரை உரிஞ்சியது. அதன் உஷ்ணகாற்றுப்பட்டு மேலெழும்பும் ஆற்றுநீரில் ஆகாயத்தின் சில்லுகள் மிதந்தன.

அது வயிறுமுட்டக் குடித்ததும் அவன் எதிர்பார்த்திருந்தது போலவே அந்த நேரம் வந்தது. அவ்வாற்றிலிருந்து அதனை வெளியேற்றிட அவன் கவனமாக இருந்தான்.

இடைவிடாத கழிசலால் தொடர்ந்து அதன் குதம் நமைத்துக் கொண்டிருந்தது போலும். அதிலிருந்து சற்றுமீள எண்ணிய நோக்கம் அதன் கண்களில் தெறித்தது. அவன் அதைத் தடுக்க எவ்வளவு முயன்றும் அது முரண்பட்டு நடு ஆற்றில் தொப்பென அமர்ந்து கொண்டது.

இனி அதை எழுப்புவது வீணென்று அவனுக்கு நன்கு தெரியும். அது அமரும்போது தாங்கி பிடித்திட முயன்றவன் என்றும்போல் தோற்றுத் தலையைச் சொரிந்தான்.

அவ்வூரில் அதனைத் திட்டாத ஆட்களில்லை. எருமைகளைத் திட்டுவது அவர்களின் மரபுபடி பாவம். அதிலும், இறந்த பெண்களின் நினைவாக விடப்படும் 'ஜன்னிகெ' எருமையைத் திட்ட எண்ணுவதே பெரும்பாவம். இருந்தும், அவர்கள் எத்தனைமுறைதான் அதன்மீது பாவம் பார்ப்பது. இதுவரையில் பார்க்கப்பட்ட பாவங்கள் அடுக்கி அடுக்கி இன்று வெறுப்பாய் குவிந்திருந்தன.

―――――――――――
*மாட்டின் குதம் அமைந்த மேல்பிட்டப் பகுதி
**ஒரு வரிசை

10 ● ஓணி

அது அவ்வாற்றில் இவ்வாறு அமர்ந்து கொண்டால் அவ்வளவுதான். அருகில் மண்டியுள்ள பசித்த இலை தழைகளைச் சிரமமின்றி உண்டுகொண்டு குறைந்தது ஒருவாரம் அங்கிருந்து எழும்பாது. பிட்டத்தில் கழிந்ததின் சுவடே இல்லாமல் அது எழுந்துசெல்லும் நாள்வரை ஜோனியின் கழிமுகப்பில் கலங்கல் நீரே திரண்டோடும். ஊரார் வாடிக்கையாகத் துணி துவைக்கும் அந்த இடத்தில் துவைக்கவியலாது எழும் வசவுகள் மாதனுக்கும்தான்.

“ஏய் மாதா, இது உனக்கே பொறுக்குமா?

வீட்டுக்கு முன்னாடி இருக்குற, இதோ இந்த ஆத்துலே தொவைக்கமுடியலே...

பாவம் புஜிகி, முழங்கால் வலியோட ‘பிக்கெதாடா’ ஆத்துக்குபோயி இந்த ஒருவாரமா தெவச்சிட்டிருக்கா...

அந்தச் செவிடி சொன்னாலு கேக்கமாட்டா? தெனமும் தொவெக்கனூனு நிப்பா...”

“ஏய் மாத, மாசத்துக்கு ரெண்டு தடவெ இப்படி நடந்தா என்னதா பண்ணுறது...

இத விட்டுட சொன்னாலு நீ எங்கே கேக்குறே...”

“ஏய்... உனக்கே தெரியாதா? இந்த ஜன்னிகெய நீ வச்சிருக்கிறது எவ்வளவு பெரிய தப்பு... இது மொறெயா?

சரி விடு... உனக்கு என்ன சொன்னாலும் தெண்டம்... நீ எவ்வளவு சொன்னாலு கேக்கரவ இல்லெ...”

“இன்னு முடியாது மாதா... ஒரு முடிவுக்கு வா...”

“ஏய் மாதா... உனக்கென்ன அவ்வளவு நெஞ்சு...

உனக்கு எத்தனவாட்டி சொல்றது...

இது ரெண்டாவது வாட்டி...

மறுபபடியு எம் பட்டாணித் தோட்டத்துலே புகுந்து, குருவிக்குக் கண்ணு மொளச்சதபோல காச்சிருந்த பட்டாணி பூராத்தையு தின்னுறுக்கு...

ஏ வயிறு எரியுது...

தெனமும் கலையிலே உசுர திங்குற பனியிலே தண்ணியூத்தி வளர்த்தது...

அடுத்த மொறெ இப்படி நடந்தது... நடக்குறதே வேறே பாத்துக்கோ...

எவ்வளவு சொன்னாலும் சொரண இல்லெ..."

இப்படி ஒருவாரமாக ஜோனிக்கு அருகில் வசிப்பவர்கள், சேர்த்தி வைத்திருந்த வசவுகளுக்கெல்லாம் அசைத்த தன் தலையை நிறுத்தாமலேயே, எழுந்துகொண்ட அதனை அழைத்துக்கொண்டு கடந்தான்.

"ம்மெ... ம்மெ... ம்மெ..." என்றவாறு திரும்பி திரும்பி அவனைப் பார்த்துக்கொண்டே ஆடி அசைந்து செல்லும் அந்த எருமைக்கும் அந்த வசவுகள் பழகிபோயிருந்தன.

2

"ஏய்.. நாசமாபோன முருவா*

இத கூட்டிட்டு இனி வீட மிதிச்சே... நா மனுஷியா இருக்கமாட்டே பாத்துக்கோ...

நாங்கெல்லா இருக்கோமா? இல்லெ, செத்துட்டோமானுகூட யோசிக்க மாட்டேயா?

இதுகள கறந்து ஒரு வாராமாச்சி... நியாபகம் இருக்கா... வக்கத்தவனுக்கு எதுக்கு இந்தப் பொளப்பு... ஆ... ஊரே காரித் துப்புது... வெவஸ்தெ கெட்டவனே..."

என்று கனன்றெழுந்தாள் மாதனின் மனைவி கெப்பி. அவள் சிந்திய இறுதி வார்த்தையின் கனம் அவளுக்கு நன்கு தெரியும். திரும்பப் பெறமுடியாத வார்த்தையது. அது மனதில் தோன்றியபோதே அவளின் அடிமனது பதறியது. இதற்குமுன்பு பலமுறை அவளின் மனதில் நின்றுவிட்ட இவ்வார்த்தை இன்று வாய்தாண்டி வென்றிருந்தது.

அந்த எருமைக்குத் தண்ணீர் காட்ட, கல்குழிக்கு அருகில் இழுத்துச் செல்ல எண்ணினான் மாதன். சாணம் படிந்த முண்டுடன்** கெப்பி அவனை மறித்து நின்றாள். அவளின் பார்வையை எதிர்கொள்ளவியலாது தலைகுனிந்தான்.

---

* பொறுப்பற்றவன்

** பெண்களின் கீழுடை

கெப்பியின் அடிவயிறு மேலும் பதறியது. அடுத்து அவன் செய்யப்போவது அவளுக்கு நன்கு தெரியும். இப்படித்தான் கடந்தமுறை அந்த எருமையைக் கூட்டிக்கொண்டு 'கரடிக்கொரெ' காட்டிற்குச் சென்றவன்தான் ஒருவாரம்வரை திரும்பவில்லை. வார்த்தைகளில் கோபத்தை வெளிப்படுத்தி அறியாதவன் அவன். வெளிப்படாத அவனின் கோபம் பலநாட்கள் நீளும்.

யாரும் நுழைவதற்கு அஞ்சும் அந்த அடர்காட்டிற்குள் அவன் நுழைந்துவிட்டால் அவனைக் காண்பது பெரும் சவால். அந்தப் புலிக்காட்டில், 'அரெபெட்டு' பாறையில் அவன் ஏறிவிட்டால் போதும், அங்குத் தம் முன்னோர்கள் எருமைகாத்த எம்மட்டி* உண்டு. அங்குத் தேனையும், காட்டுக் கிழங்குகளையும் உண்டுகொண்டு பலநாட்களை ஓட்டிவிடுவான். சீண்டப்படும் அவனது கோபத்தை அசைபோட, தணிக்க அந்த அடர்தனிமையே அவனுக்கான ஒரேவழி. ஒரு வகையில் இது தப்பித்தலும்கூட. தன் தாய் தவறிய இந்த இரண்டு ஆண்டுகளில் அவனின் இந்தச் செய்கை பெருகிவிட்டது.

கெப்பியின் மீது அதீத புரிதலிருந்தாலும்கூட, மாதன், கெப்பியெனும் இரு சிக்கிமுக்கிக் கற்களும் உரசாமல் இருப்பதில் நியாயமில்லை. உரசி, கங்கெழுந்து, வாழ்க்கைக் காட்டினை எரித்துவிடாமல் இருக்க அவ்விருவரிடமும் வாழ்க்கை பலமுறை தனிமைக்காவு கேட்பதுண்டு. இதுநாள்வரை அடர் மௌனத்தை மட்டும் தன் கூறாய் கொண்டிலங்கிய தனிமைக்காவு, இப்போதெல்லாம் தொலைத்தலையும் தொலைவதையும்கூட கைக்கொண்டுவிட்டது.

"நாலு பொட்டப்புள்ளெங்களே வீட்லே வச்சிகிட்டு அவ செய்யுறது சரியா சொல்லுங்க?..

'கம்பட்டிக்கு' கட்டிக்கொடுத்த பெண்ணு வாயு வயிறுமா இருக்குவேற...

நாலஞ்சு தடவக்கு மேலே தங்காமா, இப்பத்தா நாலு மாசத்த தாண்டி நிக்குது...

அவள இன்னிக்கு அவங்க வீட்டிலிருந்து இந்த ஊர மிதிக்குற சடங்குக்காகக் கூட்டிட்டு வர்றாங்கவேற..

---

*படகர்களின் முன்னோர் சூழல் மற்றத்தின்போது எருமை மந்தைகளைப் பேண கட்டமைத்துள்ள இடம்

வர்றவங்கள வான்னு சொல்லவேணா... வர்ற புள்ளெக்கி ஆசிர்வாதம் செய்யகூட அவனுக்கு மனசில்லையா? என்ன அப்ப இவ... பொறுப்புக் கெட்டவ..

எவனாவது ஜன்னிகெ எருமையோடு அலைவானா... எல்லா தலெவிதி...... அவனுக்கென்ன, அந்த ஜன்னிகெய கூட்டிட்டு கம்பிய நீட்டிடுவா.. அவ கட்டிக்கிட்டது எம் பொண்ணெயா? இல்லெ, அந்த எருமையையா?

ஏய் போஜா! இனி பொறுத்தது போது...

இனியு, பெரிய மனசு பண்ண நாங்க ஒண்ணு அப்பெ* கெடெயாது...

அங்க எம் பொளப்ப விட்டுட்டு இங்கே வந்து கெடக்குற...

ஒரு மாமங்காரனான எனக்கு எவ்வளவு கேவலம்? ஆ.. சொல்லு.. இது எவ்வளவு பெரிய கேவலம்... மாமா வந்து மாப்பிள்ளெ வீட்லெ உக்காந்து சேவகம் செய்யுறது மொறெயா...

எல்லா, இவள சொல்லுனு...

அவன விட்டுட்டு வந்து தொலென்னா... இவ வேறே... பொட்டி** பொட்டி போது போஜா... இன்னியோட ஒரு முடிவு காட்டுற...

அவள கூட்டிட்டுப் போறே.."

என்று கடந்தமுறை வீடு திரும்பியபோது மாதனுக்கு நேரிட்ட நினைவுகள் அந்த ஜன்னிகெ எருமையின் மெல்லும் வாயைப்போல பல்லிளித்துக் கொண்டிருந்தன.

கோபமோடி வந்ததும் மாதன் தவத்திற்கோடிய அசுரன். காடோடிவந்த அவனின் மனதின் ஆற்றல் மலைப்பானது. தான் இல்லாமல்போன இந்த நாட்களின் கடமைகளைச் சிலமணி நேரங்களில் சரிகட்டுபவன். முளைவிட்ட பூண்டின் விதையாய் நீளும் அவனது ஊக்கத்தைக் கடந்த இரண்டாண்டுகளாக அந்த ஜன்னிகெயே அளந்து கொண்டிருந்தது.

வீட்டின் சமையல்முதல், துவைப்பதுவரை எல்லாவற்றையும் இழுத்துப்போட்டுச் செய்வானவன். அவன் வீட்டோடு

*பாவப்பட்டவன்

**முட்டாள் பெண்

இருக்கும் காலத்திற்கு அந்த ஊரே எதிர்பார்க்கும். அப்பாவின் சமையலுக்கு ஏங்கும் பிள்ளைகள், அவனின் அரவணைப்பிற்கு ஏங்கும் மந்தைகள் என்று நீளும் அந்தக் காலம் இப்போதெல்லாம் அந்த ஜன்னிகெக்குக் கழியும்வரைதான்.

எவ்வளவோ பாதுகாத்து வைத்தாலும் பச்சைப் பட்டாணியின் பருவத்தில் அது தவறாமல் இதை வரவழைத்துக்கொள்ளும். அது ஜோனியில் அமர்ந்துவிட்டால்போதும் மாதனின் இயல்பிற்குக் கண்பட்டுவிடும். புலி அடிக்கடி நீர் அருந்த வரும் அந்த இடத்தைவிட்டு அவன் துளியும் நகரமாட்டான். இயல்பாகவே குளிர்மிகுந்த அந்த ஆற்றுப்பகுதியில் நெருப்புக் காய்ந்துகொண்டே தங்கிவிடும் அவனை அந்த ஊரே மூளைக் குழம்பியவன் என்றே உறுதிசெய்தது. அவ்வெருமை உண்டிருந்த கடலைத் தோட்டத்தவரும், மாதனிடமிருந்து பால் வாங்குபவர்களும் அவனை ஜோனிக்கே தேடிவந்து திட்டுவதுண்டு.

3

எருமை கல்குழியில் வாய்வைத்தது. எதையோ நினைத்து வீட்டிற்குள் அவசரமாய் வந்த மாதனைத் தடுத்தாள் கெப்பி.

“ஏய் என்ன விடு...” என்றவாறு அவளை இடக்கரத்தால் விலக்கி உள்ளே நுழைந்தானவன். வீட்டின் முன்னறையில் எழுந்த சாணிநெடி அவனது பார்வையைத் தூண்டியது. அவ்வறையின் மேல்மூலையில் அவன் எண்ணிவந்த உப்புக்கூடை சாணமிட்டு மெழுகி வைக்கப்பட்டிருந்தது. ஆண்டில் எருமை மாடுகளுக்கு உப்புச்சடங்கு செய்யும் நிகழ்விற்காக இரண்டுமுறை அக்கூடையைச் சாணமிட்டு மெழுகவேண்டும்.

மாதனின் தாய் மிச்சி இருந்தபோது இந்த நாட்களில் வீட்டிற்குள் எவருக்கும் அனுமதியில்லை. ஏன், இரண்டாம் மழிப்பிற்குப்பின்பு முற்றத்தில் காயவைக்கும்போது அந்தக் தெருவிற்கே யாருக்கும் அனுமதியில்லை. தெருவில் எவரேனும் நுழைந்தால்போதும்,

“ஏய் கண்ணு கண்ணு கொஞ்சநேரந்தா... இந்தச் சுள்ளெங்கெற வெயில் இருக்கிற வரக்கி”

என்று வரவேண்டாம் என்ற வார்த்தையைப் பயன்படுத்தாமலே தடுத்துவிடுவாள். பொதுவாக அந்த நேரங்களில் அவ்வூரில்

பெரும்பாலானோர் அந்தத் தெருவிற்குச் செல்வதையே தவிர்த்துவிடுவதுண்டு. மாறாக, ஏதேனும் விருந்தினர்கள் வந்துவிட்டால்போதும் விரக்தியில் ‘அய்யோ’ என்று அவளின் மனதில் எழும் வார்த்தைகள் உதடு தாண்டாது.

“மிச்சிக்கா எப்படி இருக்கீங்க... உப்புக்கூடையா... சரி.. சரி.. பரவாயில்லே.. உங்கள பாத்துட்டுபோக வந்தோம்... சரி அடுத்தமொறெ வர்றப்ப வர்றோ...”

“ஏய்.. பாரேன்... அதனாலென்ன.. வாங்க வாங்க...”

“பராவாயில்லெ அக்கா...”

“ஏய் சொன்ன கேளு... இதா வா..”

என்று கையைப்பற்றி அழைத்துச்சென்று விருந்தோம்புவாள். தயங்கி தயங்கி நிற்பவர்களும் அவளின் அன்புக் கட்டுக்குத் தப்பிக்கலாகாது. விருந்தினர்கள் சென்றவுடன் உப்புக் கூடையை மீண்டும் சாணமிட்டு மெழுகுவாள். இதுபோல சிலநேரங்களில் நான்கைந்துமுறை நடந்ததுண்டு.

பொதுவாக அந்த நாட்களில் மாதன் காலையில் ஒரூரண்டை களியைக் கூடுதலாகச் சேர்த்துண்பதுண்டு. அன்று எருமைகளோடு சென்றுவிட்டால் அவன் மாலைவரை வீட்டிற்கு வரமாட்டான். மந்தைகளை மேயவிட்டுவிட்டு மேய்ச்சல் நிலத்தில் படுத்திருப்பான்.

“மாதன்தா பாவமில்லே.. இருந்தாலும் மிச்சி ஒளெவெக்கு* இந்தளவு பில்லி** தேவெயில்லெ...”

“அய்யோ.. நம்மாள இதெல்லா முடியாதுப்போ...”

“மாதன் சாமர்த்தியம்தான்... ஆனா, அந்தக் கெப்பி யிருக்காளே..... பாவம் மிச்சி ஒளவெ...”

“இன்னிக்கி காலையிலே நா ஒன்னுக்குப்போக எழுந்தப்பவே அவ கௌம்பிட்டா... இனி ஒருவார வரமாட்டா... புள்ளங்களகூட கூட்டிட்டுப் போறதில்லெ டா... என்ன ஜென்மமோ...”

“அதான், அதுல அவ பேசுற பேச்சுக்கு... காத பொத்திக்க வேண்டியதுதா...”

---

* தாய்க்கு
** அதிசுத்தம்

"பாவம் கெப்பிக்கா.... அந்த முதுக்கி*, மறுத்து ஒத்தவார்த்தே பேசுறதில்லே.."

"அப்பா, கொடுமெடா... கொடிசுத்துன கொழந்தயாட்டோ..."

"ஏய், ஆனாலும் மாதன மெச்சனு... மத்தவனா இருந்த பொண்டாட்டி வார்த்தைய கேட்டுக்கிட்டு என்னிக்கோ தனியா போயிருப்பா..."

"ம்... மிச்சி ஒளவெயு அவன தனியா அனுப்ப என்னென்னவோ செய்யுறா... அவே கொஞ்சகூட பிசகாம நிக்குறாப்பா..."

"பின்ன சும்மாவா.... அவன் பொறந்த ஆறு மாசத்துலேயே அவ முண்டச்சி... அவன நொந்து வளத்தவளாச்சே"

"என்னானாலு கெப்பிக்குதா லொள்ளு..."

"எல்லா, அவ அப்பன் தர தைரியம்... அவ அப்பன்வேற அவ பொண்டாட்டி பேச்ச கேட்டுகிட்டு வாரத்துல மூனுநாளு இதே பஞ்சாயத்து தா.."

ஆத்திரம் தாங்க முடியலப்பா... அன்னிக்கெல்லா அவ பேசுன பேச்சுக்கு... அவன பொடணியிலே அடிச்சிருப்பே... பொண்ணு குடுத்தவனா போயிட்டா..."

"அவனெல்லா ஒரு மனுஷனா... அவ பேசுற பேச்சுக்கெல்லா மறுக்கா ஒத்தவார்த்தே பேசாத மிச்சி ஒளவெய போயி, வேலெ வாங்க கொடுமெபடுத்தறானு ஊர் பஞ்சாயத்துக்கூட்ட பணம் கொடுத்தவனாச்சே.."

அந்த மேய்ச்சல் நிலத்தின் சுற்றுப்பாதையின் வழியே கடந்துசென்றவர்களின் வார்த்தைகளை அவனின் காதுகளில் ஏற்காது, முடிந்தவரை இறுக்கமாக முக்காடிட்டுக்கொண்டு உறங்குவதுபோல் கிடப்பதே மாதனின் வாடிக்கை.

4

இன்று இந்தச் சாண நெடியை நுகர நுகர மாதனுக்குக் கோபம் கூடியது. அது பசுமாட்டின் சாணம். பல்லை நற நறவென கடித்தான். நினைவுகளும் நறநறத்தன.

---

* முதிர்ந்தவள்

“ஏய் கெப்பி உன்னையாரு இத செய்யச்சொன்னா...

அ து வு ப சு மா ட் டு ச் சா ண த் த போ ட் டு மெழுகியிருக்கே...

அப்படி செய்யக்கூடாதுனு உனக்குத் தெரியாதா...

நாளிக்கு காலையிலே மொதல்லெ நம்ம கூடெதா போகுனும்னு தெரியுமில்லே...

இப்ப, கூடைக்கு என்ன செய்யுறது...

நா உனக்கு எத்தனமொறெ சொல்லியிருக்கே...

எனக்குத் தெரிஞ்சு இதுவரைக்கு இந்த வீட்லே இப்படி நடந்ததில்லே...

இத செய்யுறதுக்கு முன்னாடி என்ன ஒருவார்த்தே கேக்கலா இல்லெ..”

“ஓ... எல்லாத்துக்கு உங்கள கேக்குனுமோ... நா என்ன அடிமேயா...

ஏய்... உங்க அம்மா கேக்குறத கேட்டெயா... ஏய்.. சொரணெ கெட்டவனே..

இதுக்குமேலே ஒருநிமிஷகூட இங்கே இருக்கமாட்டே...

அய்யோ.. அப்பா... மொட்டெ அவரெபோல* பொத்தி பொத்தி வளர்த்தீங்களே...

ஏய் குனிக்கிக்கா... இத கேட்க ஆளில்லையா...”

இரண்டு ஆண்டுகளுக்கு முந்தைய அந்த நாளின் இந்த அடர் இருட்டு அவ்வீட்டிலிருந்து இன்னும் புலரவே இல்லை.

உறவை வெட்டிவிட அம்முறை மாமன் வரவில்லை. மாமனார் ஊரின் சபை வந்திருந்தது.

மிச்சியோ, ‘என்றும்போல பேசாமல் விட்டிருக்கலாமோ’ என்று மௌனமாய் சிந்தித்துக் கலங்கி, இறுதியில் மௌனமாகிப்போன நடுஅறையின் மேல்விளிம்பின் மௌனம் நீடியது. மிச்சி நிரந்தரமாய் மௌனித்த அந்த நேரத்தில் பெரும் மகிழ்வுடன் மீண்டும் வந்த கெப்பியின் நோக்கம் பொலிந்து கொண்டிருந்தது.

---

* பறவை முட்டை வடிவில் இருக்கும் ஒருவகை அவரை

கடந்தாண்டு குனிக்கியோடு பேசிக்கொண்டே, தெரிந்தே மாட்டுச் சாணத்தால் அக்கூடையை மெழுகிக்கொண்டிருந்த கெப்பி மாதன் வீட்டிற்குள் நுழையும்போதே,

"அக்கா அந்த வெள்ளமாடு நாரஞ்சித் தழைய* சாப்ட்டிருக்குபோல.. சாணி நாத்தோ வயித்த பொரட்டுது வ்வே.."

என்று அவனைச் சீண்டியிருந்தாள். தொடர்ந்து பார்வைச் சீண்டலும் விடாது கனன்றது. அது அவனுக்குப் புரியாமலில்லை. முதல்முறையாகத் தன் தாயை வென்ற அவளின் பெருமிதம் அது. மூவாண்டின் வெஞ்சினமும்கூட.

அவனின் தலை குனிந்தது. அவளைச் சுவற்றோடு முட்டி அழுத்திட கைகள் பரபரத்தன. முகத்தைச் சுழித்து, வெகுண்ட கோபத்தை விழுங்கிக்கொண்டு, தன் தாயின் நினைவாக விடப்பட்ட அந்த ஜன்னிகெ எருமையோடு சென்றவன்தான். அது எலும்பை உருக்கும் அடர்பனிக்காலம். அந்த ஜன்னிகெயோடு அந்த அடர் கானகத்தில் போர்வையின்றி இருந்த நாட்கள் அவன் கண்களில் ஈரமேறி திரண்டன.

5

உரலில் புடைக்க இட்ட உப்பை எடுக்கச்சென்ற மாதன் அடர் மௌனத்தோடு திரும்பினான். மணிக்கட்டில் வழியும் சாணியுடன் கெப்பி வாசலை மறித்து நின்றாள். அவளின் பார்வையில் வெற்றியின் களிப்பு உறுமியது.

வாடிக்கையாகக் கிடைக்கும் உப்பிற்காக அந்த ஜன்னிகெ எக்காளமிட்டது. நெஞ்சை நிமிர்த்திக்கொண்டு அழுக்கு உடையுடனேயே வெளியேறினான் அவன். அவளின் ஆழ்மனம் அரற்றியது.

"த்தூ... வெக்கங்கெட்டவனே...

உங்கயமாவுக்கு நேர்ந்துவிட்ட ஜன்னிகெய கூட்டிக்கிட்டு அலையுறேயே.. பொட்டா**... பொட்டா... உனக்கு அறிவில்லே...

---

* நாற்றம் வீசும் ஒருவகை தழை

** முட்டாளே

உனக்கெல்லா எதுக்குப் பொண்டாட்டி புள்ளங்க... அந்தக் கெழுவி போயும் நீ திருந்தலில்லே..."

அவளின் வசவுகள் தொடர்ந்தன.

மென்மையாய் எக்காளமிட்டபடி அந்த ஜன்னிகெ ஒதுங்கிநின்றது. அதன் கழுத்தைத் தடவிக் கொடுத்தான். தொடர்ந்து இளஞ்சிவப்பேறியிருந்த அதன் கழுத்து மயிர்களை வருடிக்கொடுத்துக் கருத்த தன் விரல்களை மேலும் நிறமேற்றிக் கொண்டான்.

அது அவனைக் கண்கொட்டாமல் பார்த்துக்கொண்டிருந்தது. ஊநேரி* மரத்தில் கனிந்த நாவல் பழத்தைப்போன்ற அதன் கண்களைக் கூர்ந்தான். அதேதான். தன் தாய் மிச்சியின் கண்களேதான்.

உப்புக் கூடையைக் காயவைக்கும் நேரத்தில் தெருவிற்குள் நுழையவிடாமல் தான் தடுத்தவர்களைத் தேடிச்சென்று, வலிந்து வீட்டிற்கு அழைத்து, வயிறுமுட்ட மோரினை அளிக்கும் தன்தாயின் அதே கனிவுநிறைந்த பார்வை.

இந்த வேனில் காலத்தில் 'கரடிகொரெயில்' பூத்திருக்கும் 'ஹுலிபிக்கெ' மரத்தின் மஞ்சள் மலர்களும், நீர்சுரக்கும் கோங்கு** செடியை வயிராற உண்டுவிட்டு அசைபோடும் அந்த ஜன்னிகெயும், அதன் கழுத்தைக் கட்டிக்கொண்டு தாய்மடியில் உறங்கும் பரிஷுமும் காட்சிகளாய் அவனை அலைத்தன.

இந்தக் காட்சிகளுக்காய் தன் நடையைத் துரத்தினான். உற்சாகமாய் கரடிக்கொரெயை நோக்கி சென்றுகொண்டிருந்த அந்த ஜன்னிகெ அந்த அடர்காட்டின் முகப்பில் நின்றது. தன் வாலை உயர்த்தியது. நீண்டநாள் கழித்து ஓரளவுக் குழைந்து இட்ட அதன் சாணத்தின் நெடியில் மணந்து கொண்டிருந்தாள் மிச்சி.

பதிவுகள், மார்ச்சு, 2023

---

* ஒருவகை நாவல் மரம்

** ஈரப்பசை சுரக்கும் செடிவகை

ஓக்காடு

1

இன்றும் அவ்வாறே நடந்தது.

மிச்சிக்கு இது பழகிப்போயிருந்தது.

"அவ்வே.. அவ்வே.. அய்யோ... அய்யோ..." என்று மேல்கேரியில்* எழுந்த பேரிறைச்சல் இன்று சற்று மிகுந்திருந்தது. அது அப்படித்தான். முதலில் மிகுந்திருப்பதாகத் தோன்றி, போக போக அதன் வீரியம் குறைந்துகொண்டே போகும். பெண்பூமிக்கு ஊற்றிய நீரைப்போல.

கார்த்திகை மாதத்துக் குளிர் இறங்கிக் கொண்டிருந்தது. முகத்தை இறுக்கி மூடியிருந்த ஆங்காங்கே ஒட்டுப்போட்ட கம்பளியைக் கழுத்துவரை இறக்கினாள் மிச்சி. மெல்ல மெல்ல மங்கிப்போயிருந்த அந்த இறைச்சலைக் காதுகொடுத்து ஓர்ந்தாள்.

"ஏய்... வெளியே வாடா... பொட்டெப் பயலே...

கொறெ பிரசவத்தலே பொறந்தவனே... ஆம்புளெயா இருந்தா வெளியேவாடா பாக்கலாம்...

பொட்டெ மாதிரி வீட்டுக்குள்ளே புகுந்து கதவ சாத்திருக்கே...

டேய் ஊரா... வெளியே வாடா...

நீ இப்போ வரலே..."

"அய்யோ... அய்யோ.. ஏய் கெல்லண்ணா அவர புடிங்க...

---

* வரிசையாக வீடுகள் அமைந்த மேல் தெரு

மாதண்ணா, உனக்கு வேறெ பொலப்பே இல்லையா?

உங்கக் குடும்பத் தகராற காலையிலே வச்சிக்கோங்க...

இந்த நடு இராத்திரியிலே... அதுவு, அமாவாசே நாள்ளே... உங்களுக்கெல்லா மனசாட்சியே இல்லையா...

கொழந்தங்க தூங்கறாங்க... தூக்கத்திலே அஞ்சி ஏங்குறாங்க வேறே...

கையிலே இவ்ளோ பெரிய கல்ல எடுத்துகிட்டு.. ஆ.. ஆ..

தப்பித்தவறி எங்கமேலே பட்டா என்ன ஆகுறது...

ஏய் மாதண்ணா.. இங்கே பாரு...

மொதல இங்கிருந்து கௌம்பு...

அம்மாவாசே ஆனாலே உங்க பஜனெய தாங்க முடியலே..."

வழக்கம்போல தொண்டைத்தண்ணீர் காயக் கத்தினாள் கணிக்கி.

தன் அண்ணன் மாதனுக்கு அஞ்சி வீட்டினுள்ளே தாழ்ப்பாள் போட்டிருந்தான் கெஜ்ஜெ. கதவை உடைக்க கையில் கல்லோடு நின்ற மாதனை என்றையும்போல தடுத்தாள் கணிக்கி. முற்றத்துச் சிறுநிலத்தின் தடுப்புச் சுவற்றிலிருந்து பிடுங்கியெடுத்த, பாசம்படிந்த செம்பாறைக் கல்லை, தன் இருகைகளால் ஏந்திக்கொண்டு, முற்றிய சாமைக்கதிர்போல போதையில் தள்ளாடும் மாதனின் கையிலுள்ள கல்லை எட்டமுடியாது, எம்பி அவனது கைகளைப் பற்றி கீழே இழுத்துக் கொண்டிருந்தாள். தூக்கம் வழியும் தன் கண்களை அடிக்கடி தனது இடது மணிக்கட்டால் துடைத்துக்கொண்டே வலதுக் கரத்தால் அவனை மறித்துக் கொண்டிருந்தாள்.

"ஏய் கணிக்கி, என்ன விடு...

அந்த நாய கொல்லாம விடமாட்டே....

அந்தத் திருட்டுநாயி பெண்டனோடு சேர்ந்துட்டு தவட்டெ* தழைய போட்டு ஊறல் போடுறா... எவ்வளவு சொல்லியு அந்த மைராண்டிக்கு அறிவில்லே..

* ஒருவகை காய்க்கும் செடி

டேய் நாய்களா... மத்தவங்க வயிறு எரியவே பொறந்தீங்களடா... நாயே... நாயே...

விடு கணிக்கி... அவனே... அவனே... ம்.. ம்.. உம்.."

தன் நாக்கைத் துருத்திக்கொண்டு கணிக்கியைத் தாண்டிச் சென்றான். தள்ளாடிக்கொண்டே தன் இரு கைகளாலும் வலுக்கொண்டு அந்தக் கல்லை, கருங்காலி மரத்தாலான, ஆங்காங்கு பூண்கள் பதியப்பட்ட கெஜ்ஜெயின் வீட்டுக் கதவின்மீது எறிந்தான். பண்டையில் செய்யப்பட்ட அந்தக் கதவில் பட்டு அக்கல் இரு துண்டுகளானது.

"அவ்வே... அவ்வே..."

என்று நிலைத்தடுமாறி கீழே சுருண்டு விழுந்தான் மாதன். அவனது முதுகு செம்பாறைக் கற்களால் ஒழுங்கின்றி கட்டப்பட்டுச் சாணமிட்டு மெழுகப்பட்ட அவ்வீட்டுத் திண்ணையில் பட்டது. சற்று பலத்த அடிதான். அதை போதை விழுங்கியிருந்தது. அவனின் வலக்கன்னம் முழுதும் தரைதொட, பிதற்றலோடு எச்சிலும் சேர்ந்தொழுக அச்செம்புலம் மேலும் சிவந்தது. பூமித்தாயின் முலைபற்றிய அவனின் இதழ்கள் குவிந்திருந்தன.

"டேய் நான் அமாவாசையில் பொறந்தவன்டா...

ஏய்.. கணிக்கி ... ஏய் அம்மே* கணிக்கி... என்ன மன்னிச்சிடு"

என்ற அவனது முனங்கல் கழனித்தொட்டியுள் நீர் அருந்தும் எருமையின் மூச்சுக்காற்றுப்போல தொடர்ந்தது.

அவன் கடும் அமாவாசையில் பிறந்தவன். என்ன சொன்னாலும் அடங்கமாட்டான் என்ற எண்ணம் அக்கேரி யிலுள்ள அனைவருக்கும் இருந்தது. இது ஒருவகையில் அவனுக்குச் சிறு சாதகமும், பெரும் பாதகமும்கூட.

என்றையும்போல, அவன் விழும் நேரத்திற்காகக் கால்கடுக்கக் காத்திருந்த அந்தக் கேரியில் மக்கள் "அப்பாடா... சனிய தொலஞ்சது.." என்றவாறு தம் முற்றத்து மிண்டேரி பள்ளியில்** ஏற்றியிருந்த விளக்கினை அணைத்துவிட்டு, பூண்பொருத்திய தம் கதவுகளை மூடி உறங்கச் சென்றனர்.

---

* பெண்ணே

** வீட்டின் முற்றத்து வெளிச்சுவரில் விளக்குவைக்க, சுவற்றைக் குடைந்து அமைக்கப்பட்ட இடம்

அடுத்தடுத்து அடைத்துக்கொண்ட அந்தக் கோரியின் வீட்டுக் கதவுகளின் கடுப்பின், வெறுப்பின் சப்தம் மிச்சிக்குச் சங்கடத்தைப் பெருக்கியது. அவள் எதிர்பார்த்திருந்த நேரம் வந்தது. கண்களைத் திறக்கவிடாது தழுவிய உறக்கத்தைத் துறந்தாள். உடலின் அசதியோ, 'அப்படியே உறங்கிப்போனால்தான் என்ன?' என்று அறிவிற்குத் தொடர்ந்து அறிவுறுத்தியும் என்றையும்போல அவளின் மனது கேட்கவில்லை. அவளின் அடிவயிற்றில் இனம்புரியாத பயமொன்று மெதுவாகப் படர்ந்தது.

காலையில் பெய்த அடைமழையும், சிவந்த மாலை வானமும் கடும் பனிப்பொழிவின் முன்குறிப்பாகி நின்றதை அவள் எண்ணினாள். மதிலில்* எரிந்துகொண்டிருந்த நேரி** மரத்தால் செய்யப்பட்ட விளக்கின் கரிந்து ஓதுங்கிய நிறமும் அடர்ந்து சிவந்த அவ்வானத்தின் நிறத்தையே ஒத்திருந்தது. தூக்கம் துறந்த அவளின் கண்களும் அதற்கு விதிவிலக்கல்ல.

போர்வையை விலக்கினால் அடுத்த நொடியே உடல்கொள்ளும் நடுக்கத்தின் பெருந்தொற்று அவள் விலக்கும்முன்னமே தொற்றிக்கொண்டது.

இரவில் உறங்கச்செல்லும்முன் தலையில் அடர்த்தியாய் வெண்ணையைப் பூசிக்கொள்ளும் அவள் இன்று பூசவில்லை. அமாவாசை நாளின் நினைவு வந்தவுடனேயே அவளைத் தொற்றும் அனிச்சை முடிவிது. இவ்வாறு ஒவ்வொரு நாளிலும் பல அனிச்சைகள் அவளை விடாது துரத்தின.

2

திருமணத்திற்கு முன்பே மாதன் மிச்சிக்கு அறிமுகமானவன். குலதெய்வ சாமியாடி கெலப்பெ ஐயாவின் வார்த்தையை மறுக்கவியலாது குளிரிலும் உருகும் மாதனென்னும் வெண்ணையை வேறு வழியின்றி அவள் சுமந்துகொண்டாள். அன்றுமுதல் அவ்வெண்ணை திண்ணம் குறையாது உருகிக் கொண்டிருந்தது.

விதியை நொந்துகொண்டு போர்வையை முழுவதும் விலக்கினாள் அவள். முழங்காலுக்கு மேலே சென்றிருந்த

* வீட்டின் நடு அறைகளுக்கு நடுவே விளக்கு வைக்க அமைக்கப்பட்ட பகுதி

** நாவல் மரம்

முண்டினைச் சரிசெய்தாள். வலுவான தேக்குக் கதவின் சங்கிலித் தாழ்ப்பாளை அகற்றினாள். அக்கதவை மெதுவாகத் திறக்க முடியாது என்பது அவளுக்குத் தெரியும். மீறி திறந்தால் உள்ளே உறங்கும் பிள்ளைகளின் தூக்கம் கலையும் என்பதும் அவளுக்கு நன்கு தெரியும். பகலெல்லாம் சாராயம் காய்ச்சிவிட்டு உஷ்ணத்திற்குத் தலையில் ஆமணக்கு இலையைக் கட்டிக்கொண்டு உறங்கும் இளையமகன் பெண்டன் தூக்கம் கலைய, கோபத்தில் “மண்டெ★... மண்டெ...” என்று சீரிப்பாய்ந்து கதவடைக்க வரும் முன்காட்சி அவளின் கண்முன்னே நிழலாடியது.

தாளாத உறக்கம் தவழும் தன் கண்களைப் பலமுறை இமைத்து இமைத்துப் பார்வையைச் சற்றுத் தெளிவாக்கிக் கொண்டாள். இருந்தும், கண்ணிடுக்கில் கோர்த்திருந்த பீளை அவளின் பார்வையை மங்கலாக்கியிருந்தது. வலிந்து பலமுறை இமைத்தாள். கண்ணிடுக்கில் இறங்கிய பீளையின் காரம் கண்களில் பரவி துருத்தியது. இமைக்கொட்டுத் தொடர்ந்தது. பீளை தழுவிய இமைகள் ஒட்டி ஒட்டி விலகின. இந்தவிசை அவளுக்குப் பிடித்தவொன்று. இது ஏதோவொருநாள் அவளுக்கு வாய்ப்பது. அவளைக் குழந்தைப் பருவத்திற்கு அழைத்துச்செல்வது.

வெளியில் அமாவாசையின் அடர் இருட்டு அவளைக் கவலைகொள்ள செய்யவில்லை. விளக்கினைக் கையில் ஏந்திச் செல்வது வீண். கதவை விலக்கியதும் எதிர்காற்றில் அது அணைந்துவிடும். பலமுறை இருட்டில் நடந்து பழகியவளுக்கு அதுவொன்றும் பெரிதில்லை.

ஒளியின்றி கதவை விலக்குவதும் அடைப்பதும் ஆகாது என்பதால், அணையுமென்று தெரிந்தும் எண்ணெய் நிரப்பாத விளக்கினை எடுத்துக்கொண்டாள். கதவைத் திறந்து விளக்கணைந்தாலும் மீண்டும் கதவடைப்பதற்கான ஒளிக்கு வழியொன்றிருந்தது.

முன்கோரி மல்லன் விடிய விடிய மெத்தை விளக்கினை ஏற்றிவைப்பது வழக்கம். கடும் காசநோயால் தொடர்ந்து இருமும் அவனுக்கு இரவுமுழுதும் அவ்விளக்கொளியே துணை. அகலமான மண்சட்டியில் நீரூற்றி, அதன் நடுவில் வெண்கலக்

★ அறிவில்லாதவள்

கோப்பையைக் கவிழ்த்துவைத்து, அதன்மேல் விளக்கினை ஏற்றி வைப்பானவன்.

'அரெபெட்டு' மலையிலிருந்து அள்ளிவந்த, எளிதில் தீப்பற்றிக்கொள்ளும் அசிணிக்கெ உல்லு* புல்லினால் வேயப்பட்ட கூரை நெருப்பின் அனல் பட்டாலே போதும். பற்றிக்கொள்ளும். அதற்கும் மல்லன் ஒரு வழி வைத்திருந்தான். கனமான அவிரி** மண்பானையினை அவ்விளக்கொளிக்கு நேராகக் கட்டியிருந்தான்.

ஒருமுறை கூரையில் நெருப்புப் பற்றிவிட, அவன் அன்று தப்பித்ததே பெரும்பாடாயிற்று. நெடுநாட்களாகப் பேச்சுவார்த்தை இல்லாத மல்லனை மாதன் மிச்சியின் கம்பளியைக் கொண்டு போர்த்தி, நெருப்பிலிருந்து காப்பாற்றி, போர் அடிக்க முற்றத்தில் குவித்துவைத்திருந்த சாமைக்கதிரின்மீது தூக்கிவீசி, உரத்தக் குரலில் "வயிறு நிறைந்த குறும புல் வீட்டினை நெருப்பு வைத்தானாம்" என்ற முதுமொழியைக் கூறிக்கொண்டே, தன் நெஞ்சை நிமிர்த்திக்கொண்டு கேரியின் குறுக்கிலும் நெடுக்கிலும் பெருமிதத்தோடு நடந்த நாள்தொட்டு விளக்கின்மேல் அவிரியைத் தொங்கவிடும் எண்ணம் மல்லனுக்கு எழுந்தது. 'அரெபெட்டில்' சாராயம் காய்ச்சும் மாதனைக் கண்டே அவனுக்கு இவ்வெண்ணம் உதித்தது எனலாம். அன்று நெருப்பில் கருகிச் சொட்டையான தன் தலையில் மீண்டும் மயிர் வளரவேண்டி இன்றும் சிறிய வெங்காயத்தை விடாமல் தேய்த்துக் கொண்டிருந்தான்.

முழுதும் துருப்பிடித்திருந்த சங்கிலித் தாழ்பாளைப் பிடித்து வலுக்கொண்டு இழுத்தாள் மிச்சி. அவள் எதிர்பார்த்தது நடந்தது. விளக்கும் அணைந்தது. தன் தலைத்துணியைக்கூட சரியாகக் கட்டாமல் வெளியேறி விரைவாகக் கதவினை அடைத்தாள். தாமதமின்றி உடனே எழுந்த பெண்டனின் வசவுகளை அடைப்பட்ட கதவு தனக்குள் தக்கவைத்துக் கொண்டது.

"இன்னிக்கி அவ வந்து கத்திட்டிருந்தானு போயி கூட்டிட்டு வந்தே... நீ தீந்தே...

பெத்தவன்னுகூட பாக்கமாட்டே... பாத்துக்கோ...

---

* படகர்களின் ஒருவகை புனிதப்புல்

** சற்றுப் பெரிய மண்பானை

இவ்வளவு நாளூ காய்ச்சிக் கொன்னா... இப்போ குடிச்சே கொல்லுறா...

இதிலே புத்திமதி மைரு.. வேறே...

ஓசியிலே கொடுக்குறத குடிச்சோமா... வந்து படுத்தோமானு இல்லாமே... பெரிய புடுங்கி... புத்தி சொல்லுறா...

இங்கே பேசுனா மண்டெ ஒடெயுனு... அங்கேபோயி புடுங்குறா.. புடுங்கி...

ஏய் மண்டெ, மறுப்படியு சொல்லுறே, அவன கூட்டிட்டுவர போன... உன்ன வெட்டிப் போட்ருவே..."

என்று உறங்கபோகும்முன் என்றையும்போல பெண்டன் கூறிய வார்த்தைகள் அவளின் செவியில் அறைந்து கொண்டிருந்தன.

போனமுறை மாதனைக் கூட்டிவந்ததற்காகப் பின்னங்கழுத்தைப் பிடித்து வீட்டைவிட்டு வெளியே தள்ளிய வலிகூட இன்னும் அவளுக்கு லேசாக இருந்தது.

நீண்டநேரம் கம்பளியின் கதகதப்பில் அவளது அடிபாதம் சூடேறியிருந்தது. அது குளிர்ந்த முற்றத்தில் பட்டதும் அதிகாலையில் பால்கறந்தபின் குளிர்நீரில் கழுவிய முதிர் எருமையின் மடிபோல் விறைக்கத் தொடங்கியது. அடுத்தடுத்த எட்டுகளில் பாதத்தில் ஏறியகுளிர் கால்விரலின் நக இடுக்கிலேறி பனிக்கனலைத் துருத்தியது. அவளை அறியாமலேயே எழுந்த முனங்கலோடு தொண்டை செருமலும் சேர்ந்துகொண்டது. ஆனால், அந்தக் கூதிர்காற்று அவளின் விழியில் தவழும் உறக்கத்தை மட்டும் கலைத்தப்பாடில்லை.

இன்று அதிகாலைமுதல் மாலைவரை ஹனி ஹாடாவி லிருந்து* மக்கரிக் கூடையில்** உருளைக்கிழங்கைச் சுமந்தவலி அவளின் கழுத்திலிருந்து முதுகுவரை ஆட்கொண்டிருந்தது. உறக்கம்மேலிட, பாதையின் பழக்கத்தில் கண்களை மாற்றி மாற்றி மூடிக்கொண்டே மேல்கேரியின் விளிம்பினை அடைந்தாள். அன்றும் அதேகாட்சி.

"ஏய் மாதண்ணா.. எந்திரிங்க...

குளிரு அதிகமா இருக்கு... எந்திரிங்க..."

---

* 'ஹாடா' என்பது சமதளமான விளைநிலப்பகுதி

** ஒருவகை பெரிய கூடை

கீழே விழுந்திருந்த மாதனை எழுப்பிக் கொண்டிருந்தாள் கணிக்கி.

மற்றவர்களுக்கு இருப்பதைவிடவும் கணிக்கிக்கு மாதனின்மேல் அதிக கோபமிருந்தது. அவனின் முகத்தைக் காண்பதே பெரும்பாவம் என்று கணிக்கியின் வீட்டார் அவனை வெறுத்து நெடுநாட்களானது. இருந்தும், அவனோடு மன்றாடும் கணிக்கியை அத்தெருவே பெருங்கோபத்தோடுப் பார்த்தது.

'உனக்குக் கொஞ்சம்கூட சொரணெயில்லே' என்று அத்தெருவே அவளைப் பலமுறை திட்டித் தீர்த்தும் அவளின் இயல்பு தொடர்ந்தது.

"உம் புருஷன கொன்னவனோட கொஞ்சி குலாவுறே...

த்தூ... அவனோடு என்ன பேச்சு...

என் அடிவயிறு எரியுது டீ...

நீ.. நாசமா போவ..."

என்று மூன்று வீடுகள் தள்ளி வாழும் தன் அத்தை மண்ணள்ளி எறிந்தளித்த சாபத்தை அவள் பலமுறை துடைத்ததுண்டு. தன் கணவனைக் கொன்றவன் என்ற பழி இருந்தும் மாதனைப் பேண அவளுக்கு இரண்டு காரணங்களிருந்தன.

3

ஏறத்தாழ மேல்வயிறுவரை பழுத்த வெண்தாடி திரளும் அவ்வூரின் பெருங்கிழவன் கணிக்கியின் தந்தை காளன். ஒன்பது குறிஞ்சிகளைக் கண்டவன். நீலக்குறிஞ்சி பூக்கும் காலத்தில் குலதெய்வத்திற்கு முதல்தேன் எடுப்பவன். அவன் கொண்ட மூப்பால், அம்முறை எவ்வளவு சொல்லியும் கேளாது முதல்தேன் எடுக்கும் அப்பெருமரத்திலிருந்து கீழே விழுந்துபோனான்.

காளனின் இறுதி நாட்களில் அவனுக்கு உறக்கத்தையும், வலிமறக்கும் நிம்மதியையும் அளிக்கப் பெருந்துணை புரிந்தவன் மாதன்தான். அவன் சாராயம் காய்ச்ச ஊறல்போடும் அரெ பெட்டிலிருந்து, அது எந்த நேரமானாலும்சரி மண்குடுவையில் கப்பளிக்குடியை* சுற்றிக் கொண்டுவரும் சாராயத்தில்தான் காளனின் வலிக்கு, உறக்கத்திற்கு வழியிருந்தது.

---

* ஒருவகை கொடி

சில நாட்களில் நள்ளிரவில் வந்து கதவை மூன்றுமுறை தட்டி சைகை செய்துவிட்டுச் சாராயத்தை வைத்துச்செல்லும் அவனது வருகைக்கு ‘மிண்டேரி பள்ளியின்’ விளக்கோடு காளனின் விழிகளும் காத்திருக்கும்.

புலியும் கரடியும் உலவும் அந்த அடர்காட்டின் வழியே எவ்வளவு ஆத்திரமானாலும் யாரும் வரத் தயங்குவார்கள். பலபேரைக் காவுவாங்கிய இந்த அபாயமான வழியின்வழியே, அவ்வடர் இருட்டில் மாதன் போதையில் வருகிறான் என்று அவனது துணிச்சலுக்கு ஊரார் காரணங்கற்பித்தாலும் மாதனின் வருகையில் போதையைத்தாண்டிய ஓர் தெளிவு இருந்தது. அவன் கொண்டுவரும் சாராயத்தில் காளன் தண்ணீர் கலக்கமாட்டான் என்பதை அறிந்த மாதன் அவருக்கானச் சாராயத்தில் ஓர் சூட்சுமத்தை வைத்திருந்தான். பெருந்தேன் எடுத்த அக்கிழவனால் கண்டறிய முடியாதபடி அச்சாரயத்தில் கொம்புத்தேனைக் கலந்திருப்பான். அதோடு, அக்கொம்புத்தேனின் தித்திப்பு தெரியாவண்ணம் ஐக்கலமுள்ளு* செடியின் கோலினைக் கொண்டு அச்சாரயத்தை நுரை பொங்க நன்கு கலக்கியிருப்பான்.

காய்ச்சினசூடு குறையாத அந்தச் சாராயத்தைத் தனக்கு என்றும் நிற்காத விக்கல் பெருக குடித்துவிட்டு,

“அவந்தாமா... என்ன உசுரோட வச்சிருக்க... அவ இல்லாம இருந்திருந்தா நா என்னிக்கோ செத்திருப்பே... என் மகனே மாதா... என்ன சரக்குட இது... அமிர்தம்டா...”

என்று வலிகுறைந்த நிறைவில் புலம்பும் தன் தந்தையின் உளறலைக் கணிக்கி கேட்காத நாளில்லை.

இரவில் அளவின்றி குடித்தவர்களுக்கு அதிகாலையில் உண்டாகும் ஓக்காடு** கொடுமையானது. ஓக்காடால் குடல்பிரட்ட, அங்காங்கே அமர்ந்து, நாக்கைத் தொங்கப்போட்டு வாந்தியெடுப்பவர்களுக்கு அதை சரிக்க[illegible] கொஞ்சம் சாராயம் அவசியம்.

நடுங்கும் தம் கைகளை ஒன்றோடு ஒன்று கோர்த்தடுக்கிக்கொண்டே அவ்வூரின் ‘ஓக்காடு’ பேர்வழிகள் முதலில் செல்வது காளனிடமே. காளனை நலன் விசாரிக்க

* ஒருவகை மருத்துவக் குணம் கொண்ட முள்செடி
** குடல் பிரட்டல், வாந்தி உள்ளிட்ட பாதிப்பு

வருபவர்கள் அவர் குடிப்பதை அறிந்து கொண்டுவரும் சாராயத்தை அவர் இருப்பில் வைத்திருப்பது அவ்வூரில் எல்லோரும் அறிந்ததே. ‘ஒக்காடில்’ வருபவர்கள் யாராக இருந்தாலும் அவர்களுக்கு இல்லையென்று அவர் சொன்னதில்லை. அதன் வலியை அவர் நன்கு அறிந்தவர். அவரும் இதற்காகப் பலமுறை அலைந்ததுண்டு. ‘ஒக்காடில்’ உள்ளவர்களெல்லாம் அவரை அணுக இதுவும் ஒரு காரணம். அப்படி வந்தவர்களிடம் காளன் கேட்கும் முதல் கேள்வி,

“டேய்... நேத்து யாருகிட்டே சரக்கு வாங்குனே?” என்பதே. அதற்கு வரும் பதில்களும் அவருக்குத் தெரியும்.

“அதே ஏ கேக்கிறீங்க... ‘பட்டகொரெ’ ஊரிலிருந்துதா... வெளங்காதவ... எந்தச் சரக்க கொடுத்தானோ... தலைய கழட்டி வச்சிடலாம்போல இருக்கு... பீடே..”

என்றுவரும் பதில் வார்த்தை முடியும்வரை காத்திருந்துவிட்டு, தன்னிடமுள்ள சாராயத்தைக் கொடுத்தவாறே,

“ஏய் பில்லா, நம்ம மாத, நேத்து ஒரு சரக்குக் கொண்டுவந்தா பாரு... தேன்தா... தேனே தா..

ஒரு குடுவை முழுசும் நானே குடிச்சே..

‘ஒக்காடும்’ இல்லே... இம்மி தலைவலியும் இல்லே...

அதுதான் சரக்கு... பெள்ளனின் சரக்கெல்லா என்ன சரக்கு... ம்..

அவனுக்கெல்லாம் அப்பன் இவன்...”

என்று சிலாகித்து கூறும் காளனின் புகழுரை வந்திருந்த அத்தனைப்பேரையும் மாதனிடம் செல்லத் தூண்டும்.

4

மாதனுக்கு ஒரு கொள்கையிருந்தது. அவன் தன் ஊராருக்குச் சாராயத்தை விற்பதில்லை. பொதுவாக, திருமணம் போன்ற ஏதேனும் பெரிய நிகழ்வுகளுக்கு மட்டும் சுற்றியிருக்கும் ஊர்களுக்கு, அதிலும், நன்கு தெரிந்தவர்களுக்கு மட்டும் அவன் காய்ச்சித் தருவதுண்டு. அவனது ஒருகுடுவை சாராயத்திற்காக மூட்டை சாமையையும், கிழங்கையும், பணத்தையும் அளிக்க பலர் தயாராக இருந்தும், அவன் தன் சாராயத்தை அவனது

ஊரில் விலைபேசியது கிடையாது. ஆனால், அதே அவனுக்கு நேர்முரண் அவனது சகோதரன் கெஜ்ஜெ. காசுக்காக எதையும் செய்பவன். பீயில் விழுந்த காசையும் எடுத்துத் துடைத்து வைத்துக்கொள்பவன்.

மாதனின் சாராயத்தைக் குடிக்கவே அவன் காய்ச்சியளிக்கும் விசேஷங்களுக்கு அவ்வூரில் சிலர் அழைக்காமலேயே செல்வதுண்டு. அதேபோல, அவன் லேசில் சரக்கைத் தரமாட்டான் என்பதை அறிந்தும் அவனது தரமான சரக்கு அவனைநோக்கி அவன் காய்ச்சும் இடத்திற்கே நகர்த்தும்.

“உங்களையெல்லா யாருட இங்கே வரச்சொன்னா...

நா ஒரு சொட்டுகூட தரமாட்டேனு உங்களுக்குத் தெரியாதா...

உங்கப் பொண்டாட்டிங்க முண்டெக்கன்னியாக நானா கெடச்செ.. ஆ...

மரியாதையா இங்கிருந்து போங்கடா...”

“மாதண்ணா... ஓக்காடு... பத்தலெ...

காளய்யா நேத்திக்கி நீ கொடுத்த சரக்கப்பத்தி சொன்னாங்க... வந்துட்டோ...”

“அந்தக் காளனுக்கு வலிக்குக் கொடுத்தா உங்கள சொகத்துக்கு அனுப்பியிருக்கானோ...

உங்களுக்கென்ன, குடிச்சிட்டு இந்தப் புலிக்காட்டுலே மைரேசரின்னு படுத்துப்பீங்க... நீங்க செத்துத் தொலைஞ்சா உங்க வீட்டுக்கு யாருடா பதில்சொல்லுறது...

இப்பவே, நீங்கக் குடிக்கறதுக்கெல்லா ஊரே என்ன கரிச்சிக் கொட்டுது... இதுலேவேறே வந்துட்டாங்க ஓக்காடு... போக்காடுன்ட்டு... போங்கடா...

சரக்குமில்லெ..., மைருமில்லே... திரும்பி பாக்கமா போங்கடா...

எடத்த காலிபண்ணுங்க...”

“அண்ணா... அண்ணா... இவ்வளவு தூர வந்துட்டோ... ஒக்காடுக்குக் கொஞ்சம் கொடுங்கண்ணா...

கொஞ்ச அடிக்காம, நடக்குற தெம்புகூட இல்லெ... கோவிச்சுக்காதிங்க அண்ணா... கொஞ்ச ஒத்தாசெ பன்னுங்கண்ணா...”

“டேய்... சொன்ன கேக்கமாட்டிங்க...

இன்னு கொஞ்சநேர நின்னீங்க... வெட்டிப் போட்டிருவே...

கெளம்புங்கடா மைராண்டிகளா...”

கோபத்தோடு, கையில் உலையைத் தூண்டி கரிபடர்ந்த மூங்கில் தடியோடு முன்னகரும் மாதனுக்குப் பயந்து அனைவரும் உடனடியாகப் பின்வாங்குவார்கள். கச்சை* கட்டிய அவனது நெடிய தோற்றமும் சில வேளைகளில் பட்டென வெளிப்படும் முன்கோபமும் அவன்மேல் அனைவருக்கும் ஒருவித அச்சத்தைக் கட்டமைத்திருந்தது.

பின்வாங்கி பயந்தோடுபவர்களைக் காண மாதனின் மனதிற்குள் ஒருவித ஆனந்தம் விரவி அவனது வீராப்பைப் பெருக்குவதுண்டு. ஊக்கமும், வலுவுமிழந்து, தோள்கள் தொங்க தன்னைத் திரும்பி திரும்பிப் பார்த்துக்கொண்டே ‘அரெபெட்டின்’ மேல்முடுக்குப் பாறைவரை சென்றவர்களை,

“ஏய்.. சுவ்வே குனவெயே** வாங்கடா...”

என்று மீண்டும் அழைத்து, அவர்கள் எதிர்பார்த்ததைவிட சுட சடச் சாராயத்தைக் கொடுத்து அவர்களை மகிழ்ச்சியில் ஆழ்த்துவதுண்டு.

இறுதியில் எப்படியும் தந்துவிடுவார் என்று இந்த நொடிக்காகக் காத்திருக்கும் அவர்களுக்குச் சில நாட்களில் ஏமாற்றமே மிஞ்சும். குறிப்பாக, அவர்களோடு மாதனின் தம்பி கெஜ்ஜெ செல்லும் நாட்களில் நிச்சயம் செல்பவர்களுக்கு ஒன்றும் கிடைக்காது.

இந்தப் போதையுலகில் அண்ணனெனும் பிம்பத்தை இழக்க மாதனுக்குத் துளியும் விருப்பமில்லை. மேலும், குடித்துவிட்டு தன் மனைவியைக் கைவலிக்க அடிக்கும் கெஜ்ஜெயின் குணத்திற்கு, பாவத்திற்குக் காரணமாவதை அவன் என்றும் விரும்பியதில்லை.

---

* ஆண்களின் கீழுடை

** ஒருவகை வசைச் சொல்

சில நாட்களில் மாதனிடம் ஏமாற்றி வாங்கிச்செல்லும் சரக்குடன் சோக்கெ பட்டையை* சேர்த்துக் காய்ச்சி அதை பல மடங்காக்கி கெஜ்ஜெ விற்பதுண்டு. சரக்கோடுச் சேர்ந்த 'சோக்கெ' குடலை அரித்துத் தள்ளிவிடும். தன் தந்தைக்குக் கொடுத்த நல்ல சரக்கையெல்லாம் அவருக்குத் தெரியாமலேயே 'சோக்கையிட்டுக்' காய்ச்சித் திடகாத்திரமான அவரை கொன்றதே கெஜ்ஜெதான் என்பது மாதனுக்கு நன்கு தெரியும். இதைக் கண்டுகொண்ட நாள்தொட்டு அவனைவிட்டுப் பெரிதும் விலகியிருந்தான் அவன். கெஜ்ஜெ வாங்கும் சரக்கினை எவ்வாறு பயன்படுத்தப்போகிறான் என்பது அவனது அப்போதைய மனநிலையைப் பொறுத்தது. அதில் பெரும்பாலும் சுயநலமே மிஞ்சியிருக்கும்.

மனதில் உதித்த பெருமிதம்கலந்த சிறு கருணையில், சென்றவர்களைத் திரும்ப அழைத்ததும் மாதனின் வாயிலிருந்து வரும் முதல்வார்த்தை,

"அந்தச் 'சுவ்வே கூசு' வந்திருக்கானா... ஆ... பொய்சொல்லாம சொல்லுங்கடா?"

என்பதே. புகையோடியும், தூக்கமின்றியும், மலையின் உச்சி வெயிலிலும் சிவந்திருந்த மாதனின் கண்கள் மேலும் கோபத்தால் சிவக்க, அவர்களின் கண்களை நோக்கி, பார்வை விலக்காது அவன் கேட்கின்ற இவ்வினாவிற்கு அக்கூட்டத்தில் யாரேனும் ஒருவர் பேந்த விழித்தால்போதும் கெஜ்ஜெயின் வருகையை அவன் உறுதிபடுத்திவிடுவான்.

ஒருவேளை, இவ்வாறு நடந்துவிட்டால் அடுத்து நடப்பதேவேறு. பேந்த முழித்தவனுக்கு முதலில் விழும் பிரம்படி தொடர்ந்து எல்லோரின் முதுகையும் பதம்பார்க்கும். அவன் எவ்வளவுப்பெரிய ஆளாக இருந்தாலும் சரி. தன் தம்பி, தன் சரக்கினை இவர்களைக் கொண்டு தீமைக்குப் பயன்படுத்த எண்ணுகிறான் என்று அவனுக்குத் தோன்றும் எண்ணம் அவனைச் சில நிமிடங்களுக்கு மிருகமாக்கிவிடும்.

தன் தாயின் இறப்பிற்குப் பின்பு தன் தந்தைக்கு இரண்டாம் தாரமாய் வந்து அவனை வளர்த்தத் தாய், உண்மை தெரியாமல்,

"சாராயத்த கொடுத்து கொடுத்து என் புருஷன கொன்னுட்டேயே"

* கசகசாவைப் பிரித்தெடுத்த உலர்ந்த கசகசாக் காய்

என்று தன் தந்தை இறந்தபோது பேசிய வார்த்தைகளின் நினைவு தன் தம்பியின்மீதான கோபத்தை அவனுக்கு அடிக்கடி பன்மடங்காக்கும். அவனது இரண்டாவது தாய்க்குப் பிறந்த தன் தம்பியின் பேராசையால், போதைவெறியால் நிகழ்ந்த அத்தவறை ஒருமுறையேனும் தன் தாய்க்கு அவன் கடுங்கோபத்திலும்கூட சுட்டிக்காட்ட விரும்பியதில்லை. பெற்ற தாயைவிட வளர்த்த தாயிடம் அவப்பெயரைப் பெற்றுக்கொள்வது பெரும்பாவம் என்பது அவனின் எண்ணம். அவன் செய்யாத பாவம் இன்றும் தொடர்ந்தது.

ஒக்கடுப் பேர்வழிகள் சில நாட்களில் பெரும் சிரத்தையெடுத்துக் கெஜ்ஜெயைத் தவிர்த்துவந்தபோதும் மாதன் கேட்ட கேள்விக்குப் பேந்த பேந்த முழித்து அடிவாங்கியதுமுண்டு.

“ஏய்... ரோசமில்லெ...

இப்படி அடிவாங்கி குடிக்கனும்னு நம்ம தலெவிதியா?

இவ இல்லாட்டி வேறெ ஆளா இல்லெ...

திருட்டு நாயி... அவ மிரட்டி அடிக்கவா நம்மள பெத்துப் போட்டிருக்காங்க...”

என்று புலம்பிக்கொண்டே திரும்பும் கூட்டத்திற்குப் பெந்நேரி* மரத்தின் பட்டையையிட்டு அவன் காய்ச்சும், ‘ஒக்காடு’ ஏற்படுத்தாத சரக்கின் சுவை அடுத்தநாளும் அவனிடம் செல்லத் தூண்டும். அதிலும், காய்ச்சிய சாராயத்தில் அவன் கலக்கும், மூங்கில் கழியில் நேரியிலையை மூடி ஊறவைத்த, பாறையில் கட்டிய தேனும், அதை அவன் கலக்கும் விதமும் அவனது சரக்கின் பெரும்ஜாலம். பெரியவர்களுக்கெனில் கொம்புத் தேனையும், விழாவிற்கெனில் பாறையில் கட்டிய பெருந்தேனையும் அவன் பக்குவமாய் கலப்பது யாருக்கும் தெரியாத இரகசியம்.

அவிரியில் ஊற்றிய சாராயத்தோடுத் தேனைக்கலந்து, அதை நேரிமரக்கோலினால் நன்கு நுரைததும்ப கலக்கி, அக்கோலினை அதனுள்ளேயே இட்டு, அந்த அவிரியைக் ‘கப்பிளி’ கொடியால் நன்கு கட்டி, சூடு தணியும்வரை ஊறவைக்கும் அவனது சரக்கிற்குத் தம் சொத்தை விற்கவும் பலர் தயாராக இருந்தனர். இருந்தும் காசுக்கு ஆசைப்படாத ஜென்மம் அவன். ஒருவகையில்

* ஒருவகை நாவல் மரம்

சாராயம் காய்ச்சுவது அவனுக்குக் கலை. அந்தக் கலையில் நான் ஞானி என்பது அவனின் எண்ணம். இதுவே, அவனுக்கும் அவனது மகன் பெண்டனுக்குமான முரணுக்குக் காரணமாகும்.

பலர், பலமுறை முயன்றும் அவனின் பதத்திற்குச் சரக்கினைக் காய்ச்ச முடியவில்லை. இதனாலேயே பகல் நேரத்தில் சரக்கு காய்ச்சும் இடத்தைவிட்டு அவன் எங்கும் செல்வதில்லை. அவன் வருவதையறிந்தால் வியாபார நோக்குள்ள எதிரிகளாலும், அவனால் அவமானப்பட்டவர்களாலும் அவனது இடம் சூறையாடப்படுவதுண்டு.

இனிக்கப் பேசி வாங்கிக் குடித்தவனே முதல் ஆளாய் நின்று இதைச் செய்திருப்பான். போதை தீர்ந்தப்பின் தலைக்கேறும் பட்ட அவமானம் சூறையாடாமல் அடங்காது. இப்படி உண்டான பகையொன்று இன்றும் முன்வீட்டு மல்லனுடன் கனன்று கொண்டிருந்தது.

மாதனுக்கு மகன் பிறந்த செய்தியை முதலில் அரெபெட்டிற்கு ஓடிவந்து சொன்னவன் மல்லன்தான். அதைக்கேட்டு மாதன் உடனே கிளம்பியப்பின் என்றோ அவன் அவனிடம் உற்ற ஒக்காடு அவமானத்திற்காக மாதனின் இடத்தைச் சூறையாடி யிருந்தான். திரும்பும்போது கரிபடர்ந்த கையுடன் இடையில் மாட்டிக்கொண்ட அவனோடு அன்று உண்டான சண்டையில் சாராயத்திற்குரிய நேரிப்பட்டையை உரிக்கக் கட்டைவிரலில் வளர்த்திருந்த மாதனின் நகம்பட்டு மல்லனின் முகத்தில் உண்டான ஆழமான புண்தழும்பின் வடுவிலிருந்து இன்றும் சீழ் வடிந்துகொண்டிருந்தது. அன்று அவன் மாதனிடமிருந்து பிழைத்ததே மறுபிறப்பென்பது அவ்வூராரின் உறுதியான எண்ணம்.

மல்லனின் முகத்தை மாதன் கைகளைக் கொண்டு பிதுக்கியபோது அவனது நகமிறங்கி வலது கன்னத்தில் கிழிந்தத்தோல் ஒன்றாமல் கந்திப்போயிருந்தது. அவ்வடுவைக் காணும்போதெல்லாம் மேல்கேரி அஜ்ஜன் பாலப்பழமரத்தின் அடி மண்ணை எடுத்து ஆசையாய் செய்துதந்த, இராசியான, சாராயம் காய்ச்சும் அவிரியை உடைத்த நினைவு எழுந்து மல்லன்மேல் மாதனுக்குப் பெருங்கோபம் பொங்கும். பல்லை நறநறவென கடித்துக்கொண்டே தன்னைக் கடக்கும் மாதனின் கோபத்தை ஓர, மல்லனுக்கு இன்றும் உள்ளூர நடுக்கம் பிறப்பதுண்டு.

5

"ஏய் மாதண்ணா எந்திரிங்க.. உன்னதா... எந்திரிங்க.. "

அவனின் முதுகைத் தன் இருகரங்களால் பற்றி, முக்கி முனங்கி நிமிர்த்தி எழுப்ப முயன்றாள் கணிக்கி. அவனைத் தன் வீட்டின் முன்வாயிலிற்குள் இழுத்துச்செல்ல போராடும் அவள் தன் குரலை முடிந்தளவிற்குக் குறைத்துக் கொண்டாள். சத்தம் கூடினால் என்ன நடக்கும் என்று அவளுக்கு நன்கு தெரியும். மாதனின் தொய்வை எதிர்பார்த்து, கண்கொத்திப் பாம்பாய் கெஜ்ஜெ காத்திருப்பான். அவனுக்குத் தெரிந்த அடுத்தநொடி பலமுறை கால்கடுக்கக் கொண்டுவந்து வைத்திருந்த சாராயத்தை, அவிரியுடன் உடைத்த கோபத்தையெல்லாம் அவன் மீது ஒன்றாக இறக்கிவிடுவான். மாதனைப் போதை விழுங்கிய நேரம் இதற்கு அவனுக்கு உகந்தவொன்று. பெண்டனுடன் சேர்த்து அவன் காய்ச்சிய சரக்கின் போதையேறும் நேரக்கணிப்பு மாதனுக்கு மட்டும் விதிவிலக்கு.

அமாவாசை நாளைச் சாராயத்தைக் கொடுப்பதற்கும், குடிப்பதற்குமான உகந்த சூழலாகக் கருதி, வியாபாரம் சூடுபிடிக்கும் மாலைநேரத்தில் மாதன் அவர்களுக்குப் பெருந்தொல்லை. போதையேறாத மாதனைச் சமாளிப்பது சாதாரணமானதல்ல. அதிலிருந்து தப்பிக்கவே பெண்டன் சாராயம் காய்ச்சியதால் உண்டான சோர்வென்று வீட்டிற்குச் சென்று படுத்துக்கொள்வான்.

போதை விழுங்கிய மாதனுக்கான கணிக்கியின் சப்தமே, தம் போதையை விழுங்கியவனைப் பதம்பார்க்க கெஜ்ஜெக்கான குறியீடு. சில நாட்களில் கெஜ்ஜெக்கு வெறி தலைக்கேறி, களைக்கொத்தால் மாதனின் தலையை அடித்து இரத்தம் வழிய அவனை மீட்டதுண்டு.

இப்போது கெஜ்ஜெயின் வீட்டிற்குள்ளிலிருந்து எழுந்துகொண்டிருந்த சப்தம் அவன் களைக்கொத்தைத் தேடிக்கொண்டிருப்பதைப்போல கணிக்கிக்குப் பட்டது. வேகவேகமாக மாதனை எழுப்ப முயன்றாள். வலுகொண்டு இழுத்துச் சென்று தன் வாசலில் கிடத்தினாள்.

"ஏய் கணிக்கி, உனக்கு எவ்வளவு சொன்னாலு சொரணை யில்லே...

இதே எடத்துல, இவனாலே உம் புருஷ செத்துக் கெடந்தத மறந்துட்டயா?

அவனுக்குப்போயி ஒத்தாசெ செய்யுறே...

நீ என்ன பைத்தியமா...

அவன விட்டுட்டு உள்ளே வர்றயா.. இல்லெ, நா இந்த வீட்டெ விட்டுட்டு வெளியே போகவா?"

தூக்கக் கலக்கத்தில் நின்ற தன் அக்காவின் வார்த்தைகளை அவள் சிறிதும் சட்டை செய்யவில்லை. வாசலைத் தாண்டி நீட்டிக்கொண்டிருந்த மாதனின் கால்களைக் கடினப்பட்டு உள்ளே இழுத்து ஒருகளிக்கச் செய்தாள். திண்ணையில் நேற்று எடுத்த வெள்ளைப் பூண்டை மூடியிருந்த, சற்றுக் கனமான சாக்கினை எடுத்து அவனுக்குப் போர்த்தினாள். கால்களையும் சாக்கினால் மூடினால் சரியென்று நினைத்தவள் முன்வாசலின் மூலையில் உலர்ந்த அவரைத் தோல்களை நிரப்பி வைத்திருந்த சாக்கினைக் காலிசெய்ய எண்ணினாள். வாசலின் ஒரு மூலையில் அவரைத் தோல்களைக் கொட்டிக்கொண்டிருக்கும்போது அங்கு வந்து சேர்ந்தாள் மிச்சி.

சாக்கிற்குள் நிரப்பப்பட்ட அவரைத் தோல்களை வெளியில் கொட்டுவது அவ்வளவு சுலபமல்ல. முனைக்காம்பு சிக்கிக்கொள்ளும் அதனைக் கையைவிட்டுப் பிடுங்கி எடுக்க வேண்டும். தூக்கக் கலக்கத்தில் இது ஆகாதவொன்று. இத்தகு நேரங்களில் கணிக்கியைத் தவிர வேறு யாராக இருந்தாலும், தம் இல்லத்தாரின் கால்களாக இருந்தாலும் விறைப்பதுக் குறித்த கவலையை விட்டிருப்பார்கள்.

வெளியில் வந்துநின்ற மிச்சியின் பற்கள் குளிர் நடுக்கத்தில் தந்தியடித்தன. ஓரளவு முழுமையாக அவரைத்தோல்கள் கழிந்துவிட்ட அந்தச் சாக்கினை மாதனின் கால்களுக்குப் போர்த்திவிட்டு வீட்டிற்குள் நுழைந்தாள் கணிக்கி. மிண்டேரி பள்ளியின் விளக்கு எரிந்துகொண்டிருந்தது.

'எம் புருஷ செத்துக்கெடப்பதபோல உம்புருஷனு உடம்பு வெறச்சு செத்துப்போகலே எம்பேர மாத்திக்கோ...

ஐயோ என் வயிறு எரியுதே... உன் குடும்பமே நாசமாபோக...'

என்று இதே 'கேரியில்' மாதனின் சாராயத்தைக் குடித்து இறந்ததாக எண்ணப்பட்ட தன் கணவனின் இழப்பைத் தாளாது, மிச்சியைக் கண்டு கணிக்கியிட்ட சாபத்தின் கனலைச் சிவந்தெரியும் மிண்டேரி பள்ளியின் விளக்கொளி தக்கவைத்திருந்தது.

போதையில் உளறிக்கொண்டிருந்த மாதனையே வெறித்துக்கொண்டிருந்தாள் மிச்சி. மீண்டும் வெளியே வந்தாள் கணிக்கி. கொண்டுவந்திருந்த கனமான ஒட்டுப்போட்ட கம்பளியைத் திண்ணையில் வைத்தாள். மீண்டும் உள்ளே சென்றவள் ஆமணக்கு எண்ணையைக் கொண்டுவந்து மிண்டேரி பள்ளியின் விளக்கில் நிரப்பினாள். விளக்கின் திரியில் கட்டியிருந்த கரியை மொரந்தசொப்பு* கோலினால் தூண்டி அகற்றினாள். கதவினைப் பகுதிவரை மூடிவிட்டு உள்ளே சென்றாள்.

"எவ்வளவு சொன்னாலு உனக்கு அறிவே இல்லையா...

சுத்த 'பொட்டியா' இருக்கே... 'பொட்டி'... 'பொட்டி'..

நீ திருந்தவே மாட்டே... நீ திருந்தவே மாட்டே...

நீ எக்கேடு வேணா கெட்டுக்கோ...

எங்க நிம்மதிய கெடுக்காதே..."

"ஏய் நீ சும்மா இருக்கமாட்டே... சத்தம் போடாதே..."

எனும் கோபத்தின் மொழிகள் அவ்வீட்டிற்குள் அலைந்து கொண்டிருந்தன. இழப்பின் கோபங்கள் என்றும் பசியுடன் இருப்பது நியாயம்தானே.

மாதனை வெறித்தப்பார்வையோடுக் குளிரில் நடுங்கிக்கொண்டே, திண்ணையில் தனக்கென கணிக்கி வைத்திருந்த கம்பளியை எடுத்து மாதனுக்கே போர்த்திவிட்டாள் மிச்சி. கணிக்கி பகுதியளவு சாத்திப்போன வீட்டின் கதவை நன்கு சாத்தினாள். திண்ணையில் கட்டி அடுக்கப்பட்டிருந்த சாமைக்கதிரோடு நன்கு ஒட்டி நடுங்கிக்கொண்டே, கைகளை மார்போடு இறுக்கி அணைத்துக்கொண்டு அமர்ந்தாள். அப்போதும் குளிர்தாளாது தன் முழங்காலில் முகம்புதைத்துத் தன் கரங்களால் முழங்கால்களை இறுக்கக் கட்டிக்கொண்டாள். மிண்டேரி பள்ளியில் ஓயாமல் எரிந்துகொண்டிருந்த

---

* மருத்துவக் குணம்கொண்ட குச்சி

விளக்கொளியை இமைக்கொட்டாது வெறித்தாள். இம்மாதத்து அமாவாசையும் அவளுக்குப் போதை இரவாய் தொடர்ந்தது. அடிபாதம்வரை இறுக்கி மூடிய முண்டின் இடுக்கின்வழி உள்ளேறும் கூதிர்காற்றின் அம்புகள் விடாமல் அவளின் அடிவயிற்றில் இறங்கின. அவளையும்மீறி நடுக்கத்திலெழுந்த முனங்கலொலி கணிக்கியை எட்டியிருந்தது.

மிச்சியை உள்ளே அழைக்க கணிக்கியின் நா துடித்தது. மிச்சியுற்ற குளிரின் நடுக்கம் கணிக்கியின் அடிவயிற்றிலும் பற்றியெரிந்தது. உள்ளே அழைத்தாலோ உடனே இரண்டுபடும் வீட்டையும், எழும் சப்தத்தால் தூண்டப்படும் கெஜ்ஜெயின் வெறியையும் அவளால் எண்ணத்தில்கூட சகித்துக்கொள்ள முடியவில்லை. கொல்லப்பட்டவனின் பிரதிநிதி, கொன்றவனின் பிரதிநிதியின்முன் வஞ்சத்தை மிச்சம்வைப்பதே விதி. தலைவிதியைவிட இந்த விதி வலியது. அது அங்கு வழிந்துகொண்டிருந்தது.

தொடர்ந்து இறங்கிய நள்ளிரவுப் பனியில் நன்கு இருமினாள் மிச்சி. அவள் நெஞ்சில் கட்டிய கபத்தின் ஒலி கணிக்கியின் மனதை மேலும் உலுக்கியது.

“நெனச்சே... ஏய் மண்டே.... நா எத்தனவாட்டி சொல்லுறது...

ஏ என் உசுர எடுக்குற...

இவனுக்கு வேறே வேலேயில்லே... உனக்கும் வேறே வேலே யில்லே...

இந்தக் குடிகார செத்தா சாகுரா.. விட்டுத்தொலென கேக்குறெயா...

ஆ...

ஆதுவும் போயி போயி இந்த வீட்டுக்கு முன்னாடி.. ரோஷுங்கெட்டு...

த்தூ.. ரோஷுங் கெட்டவளே...”

பெண்டனின் குரல் வலுத்தது. அதைக்கேட்டு வீட்டின் கதவைத் தைரியமாய்த் திறந்து வெளியே வந்தான் கெஜ்ஜெ.

“ஏய் தம்மா* இந்த மைராண்டிய உடனே இங்கிருந்து கூட்டிட்டுப் போயிடு...

---

* தம்பி

நா கோபத்துலே என்ன செய்வேனு எனக்கே தெரியாது...

அவ மண்டெய பொளக்கப்பேறே பாத்துக்கோ...

ஏய் மைரா.. என்னையா அடிக்க வர்றே..."

"ஏய்... நீ வேறே...

நீ மொதலெ உள்ளே போடா... உங்களுக்கெல்லா வேறே பொளப்பே இல்லெ...

நல்ல அண்ணா.. நல்ல தம்பி... நான்டுகிட்டுச் சாகுங்கடா... நீ மொதலெ உள்ளே போடா..."

பெண்டனின் கண்கள் மேலும் சிவந்தன. அவனது வாயிலிருந்து ஆவியெழுந்தது. அவன் ஒருபுறமும், மிச்சி மறுபுறமும் தாங்க, மாதனை இழுத்துச் சென்றனர்.

தன்னை அவன் இழுத்துச் செல்வதையறிந்து,

"டேய் என்ன விடுடா... என்ன விடுடா... நா மாதன்டா... நா மாதன்டா... என்ன தொடக்கூட உனக்கு அறுகதெ இல்லெ... விடுடா... பொறுக்கி... பொறுக்கி.."

என்று எச்சில்வழிய பிதற்றிக்கொண்டிருந்த மாதனை அவனது கால்கள் தரையில் தேய தரதரவென இழுத்துச்சென்றான் பெண்டன்.

இன்று மாதனின் சாராயம் காய்ச்சும் இடம் பெண்டன் வசம். அவனுக்கு அவனது சித்தப்பா கெஜ்ஜெ துணை. காசுக்காக மாதனின் கலையை அல்ல, தொழிலை அவர்கள் வலிந்து எடுத்துக்கொண்டனர். அவர்களை முழுமூச்சோடு எதிர்த்த மாதனின் எட்டடி, மகனின் பதினாறடிக்கு முன்னர் எடுபடவில்லை. மாதன் எவ்வளவு முயன்றும் மீண்டும் அவனைச் சாராயம் காய்ச்ச விடவில்லை. அவன் சரக்கின் தரத்திற்கு ஊராறின் நா ஏங்கினாலும், அவன்மேலான வெறுப்பு, சரக்கைச் சோதிக்க அதை விரலில் தொட்டு நெருப்புமூட்டும் சோதனையாய் அவனைநோக்கி எரிந்துகொண்டிருந்தது. கலையைக் காட்டத் துடிக்கும் அவனது கரங்கள் வேண்டுமென்றே இரண்டுமுறை உடைக்கப்பட்டது. திரும்ப சரியே ஆகாது என்று ஆழ உடைத்த அவனது வலக்கரத்தின் மணிக்கட்டைக் கலைத்தாய் மீண்டும் மீட்டுக்கொடுத்ததில் பலருக்கும் வருத்தம். இருந்தும் அவன் மோசமான சரக்கினைக் காய்ச்சி பலபேரைக்

40 ○ ஓணி

கொன்றவன் என்ற பழியிலிருந்து அவனை எந்தத் தாயாலும் மீட்க இயலவில்லை.

மாதனின் ஊரலை மூலதனமாய் வைத்துப் பெண்டன் காய்ச்சிய முதல் சரக்கு, வியாபாரத்திற்காக மாதனே காய்ச்சியதாக அவர்களால் காட்டப்பட்டது. அடுத்து அதிகமான சரக்கிற்காக அள்ளிப்போட்ட தவட்டெ செடிச் சோதனையின் முதல்சரக்கிற்குப் பலியாய் சிக்கியவனே கணிக்கியின் கணவன்.

6

வீட்டின் முன்வாசலின் ஓரத்தில் ஒதுக்கிவிட்டுப் போயிருந்த, மாதனுக்குப் போர்த்தியிருந்த கம்பளியையும், சாக்கினையும் மடக்கி வைத்தாள் கணிக்கி. அங்கு வடிந்திருந்த மாதனின் எச்சிலில் தவட்டெ செடியின் நெடியெழுந்தது. தன் கணவனின் வாயிலிருந்து அன்று எழுந்த அதே நெடி. அதற்குமுன்பு அவள் எங்கும் நுகராத நெடி. தினமும் மாதனின் சரக்கினைக் குடிக்கும் தன் தந்தையிடமிருந்து எழாதநெடி.

“அப்பா, வலிக்கு மருந்து குடிக்கிறத விட்டுட்டு இது என்ன பொளப்பு...

நாள் தவறாம இதக்குடிச்சா ஒடம்பு என்னத்துக்காகுறது?

அந்த மாதண்ணா வேறே, இத நேரங்கால தெரியாம கொண்டுவர்றது எனக்குச் சுத்தமா புடிக்கலே...

அப்பா, பொண்ணுங்க இருக்கிற வீடுங்குறது உங்களுக்கு நியாபகம் இருக்கா இல்லையா...

அதிகமா சாராயம் ஆகனும்னு மாதண்ணா தவட்டெ பட்டெய போட்டுக் காச்சுறதா பேசிக்குறாங்க... ஏன், அவரு தம்பியே சொல்லுறாரு...

அது கொடல முழுசா அரிச்சுடுமாமே...

என்ன கருமமோ... இனிமே அது வேணாம்பா...”

கணிக்கியின் அக்காவின் வார்த்தைகள் அன்று விடாமல் தொடர்ந்தபோது, தன் பழுத்த தாடியைத் தடவிக்கொண்டே...

“ஏய் முதுக்கி... என்ன நெனச்சு கவலே படறயா?

இந்தக் காளன நெனச்சா...? ஆ...

நா இப்ப குடிச்சிகிட்டிருக்குறதுதா நல்ல மருந்து...

அதவிட ஓசத்தியான மருந்தே இல்லே...

இது இல்லேன்னா நா எப்பவோ செத்துப்போயிருப்பே...

ஆழமான காயம்... வின்னுனு தலைக்கு ஏறுது.. கொடல்லே பட்டிருக்குனு நெனெக்குற.. இந்தக் காயம் எந்த மருந்துக்கும் ஆறாது...

இதோ, அடி நாக்கெல்லா புண்ணு... பல நாளாச்சு.. ஆறலே...

ஊரே அவ சரக்குக்கு அலையறப்போ எனக்கு தெனமும் சும்மா கொடுக்கறானே அவ ஒன்னும் முட்டாளில்லெ... இதுவர இதுக்கு அவ எங்கிட்டே ஒத்தபைசா வாங்குனதில்லெ...

இன்னு நா இருக்குற கொஞ்ச காலத்துக்கு இது ஒன்னுதாமா மருந்து...

நேரிப்பட்டைச் சரக்கு, அதுலெயு, ஓக்காடு ஆகாத சரக்க இன்னிக்குச் சும்மா எவ தருவா... அதெலெயு கொம்புத்தேன கலக்கிவேற... எனக்குத் தெரியாதுனு நெனச்சிருக்கா அந்த மடைய...

எனக்குத் தெரியும்... அவ காசுக்கு ஆசெப்பட்டுச் சாராயம் காய்ச்சுரவ இல்லே... நேரிப்பட்டையிலே அவ போடுற ஊறல்லே தவட்டெப் பட்டெய போட்டா ஒன்னுக்குப் பத்து மடங்குக் காச்சலா...

ஆனா... அவ அப்படியில்லே...

ஒருநாளும் இந்த ஊர்லே அவ சாராய வித்ததில்லே...

அவ வேறம்மா...

எனக்குத் தெரியும்.. உசிரே போனாலும் அவ அப்படி செய்யமாட்டா.."

என்ற காளனின் நீளமான இறுதி உரையாடல் கணிக்கியின் செவியை அறைந்து கொண்டிருந்தது.

அவளுக்கு நன்கு தெரியும். தன் கணவனின் இறப்பிற்கு மாதன் காரணமல்லவென்று. மடக்கிய சாக்கினை அங்கேயே விட்டுவிட்டு அட்டுலின்* மேல் ஏறினாள். மாதன் தன் தந்தைக்கு

---

*பரண்

இறுதியாகக் கொண்டுவந்த சாரயக்குடுவையை எடுத்தாள். அதை ஆழமாய் நுகர்ந்து பார்த்தாள். இந்த நெடியின் சுவடே இல்லை. இந்தச் சோதனை அவளுக்கு எத்தனாவது முறையோ தெரியவில்லை. ஆம், இல்லைதான்... அவன் அப்படிப்பட்டவன் இல்லைதான்... அந்தக் கலைஞனின் போதைச்சின்னம் கட்டியம் கூறியது.

நேற்று ஓரத்தில் கொட்டிய அவரைத் தோல்களை மீண்டும் அந்தச் சாக்கில் நிரப்பினாள் கணிக்கி. அதை நிரப்புவது எளிது. அதிலும் மனம் நிரம்பியிருந்த அவளுக்கு அது மிக மிக எளிது.

விடிந்தும் விடியாததுமாகத் திடீரென்று தவட்டெயின் நெடி மீண்டும் காட்டமாகக் கணிக்கியின் மூக்கில் அறைந்தது.

நேற்றுக் காய்ச்சிய பத்து அவிரி சாராயத்தில் மூன்று அவிரியைப் பத்திரமாய் சமையலறையில் ஒளித்து வைத்திருந்தான் கெஜ்ஜெ. அதை மாதனிடமிருந்து காப்பதற்காகவே, நேற்று, வியாபாரம் சூடுபிடிக்கும் அமாவாசையின் இருட்டிற்கு முன்பே, வந்தவர்களிடம் இல்லையென்றுகூறி வீட்டின் கதவை அடைத்திருந்தான்.

ஓக்காடில் வருபவர்களைத் தவட்டெயின் நெடி வரவேற்றது. முதல் ஆளாய் 'ஓக்காடோடு' வந்து நின்றான் மாதன். தரையில் பிளந்திருந்த அந்தச் செம்பாறைக்கல் அவனைப் பார்த்து வாய் பிளந்து சிரித்தது.

'மைராண்டி வாடா..' என்று மனதில் கூறிக்கொண்டே முதல் குடுவையை மாதனுக்குக் கொடுத்தான் கெஜ்ஜெ. 'ஓக்காடு' மாதனை யோசிக்கவிடவில்லை. தவட்டை நெடிவீசும் சரக்கினைப் பற்றி 'ஓக்காட்டிற்கு' சிறிதும் கவலையில்லை. மூக்கைப் புடைத்துக்கொண்டு ஒரே மூச்சில் குடித்து முடித்தான் மாதன். அடுத்த குடுவையும் அவனுக்குத் தயாராக இருந்தது. இது அவனைத் தெளியவிடாமல் செய்யும் வியாபார உத்தி. 'ஓக்காட்டிற்கான' அம்மூன்று அவிரிகளுக்கான மூலதனம்.

நிரம்பிப்போன தன் வயிற்றிற்குள் அதை முட்ட நிரப்ப அக்குடுவையோடு கணிக்கியின் திண்ணையில் அமர்ந்தான் மாதன்.

இரவெல்லாம் அவனுக்காக ஓயாமல் எரிந்து கரிந்த அந்த மிண்டேரி பள்ளியின் விளக்கு அணைவின் விளிம்பிலிருந்தது.

பதிவுகள், மார்ச்சு, 2023

தய்கெ

1

"ஏய் மிச்சி, அந்தக் கோட்டு எங்கே?

ஏத்தனவாட்டி சொல்றது?

ஆ... இந்தக் கொறடுலெ* வைனு.."

என்றவாறு பல்லை நறநறவென கடித்தான் மல்லன்.

அவரது இந்தப் புது நடத்தை அவர்களுக்கு வித்தியாசமாய் பட்டது.

இதய அறுவைசிகிச்சைக்குப் பிறகு பெரும்பாலும் மகள்வீடே கதியென்று ஆனநிலையில் வேறு வழியின்றி அவர் அந்தச் சூழலைச் சகித்துக் கொண்டிருந்தார்.

தனது ஒரே மகளை நெருங்கிய சொந்தத்திற்குத்தான் அளித்திருந்தார். ஆயிரமிருந்தாலும் அது மருமகன்வீடு. அங்கிருக்கும் போதெல்லாம் அவரின் நடத்தை பெருங்கவனம் போர்த்தியிருக்கும். அதிலும், குறிப்பாக வார்த்தையில். அவர் கவுடராக** இருந்தபோது எத்தனையோ தீர்ப்புகளைக் கூறிய அவரின் வாய் இன்று அடிக்கடி பல்லைக்கடித்துத் தன் வார்த்தைகளை அடக்கம் செய்துக்கொண்டிருந்தது.

"ஏய்... இவளே.. பொறப்பட்டாச்சா...

---

* துணியைத் தொங்கவைக்கும் ஆணி

** தலைவர்

மறக்காமா எல்லாத்தையு எடுத்துக்கோ...

அந்தக் கிழிந்த தலெப்பாகெய மறந்துடாதே...

ஏய்.. ஏய்... அந்தக் கொடெய..."

என்றவாறு அவரின் பரபரப்புத் தொடர்ந்து கொண்டிருந்தது. அவரின் செக்கச்சிவந்த முகம் மேலும் சிவந்தது. நேற்றிரவெல்லாம் தூக்கம் தொலைத்துச் செவ்வரியோடிய கண்கள் அங்குமிங்கும் அலைந்தன. அவரின் மேல்வயிற்றின் இடப்பக்கம், விலாவிற்குக்கீழ் சற்று வீங்கியிருந்தது. அதை இடதுகையில் பொத்திக்கொண்டே பெருமூச்செறிந்தார்.

மிச்சியும் தன் கணவனின் இந்த விசித்திரமான செய்கையைக் கோபம் கலந்த பிரமிப்புடன் எதிர்நோக்கினாள். அவளும் தன் மகள் மாசியும் வைத்தக்கண் வாங்காமல் ஒருவரையொருவர் பார்த்துக் கொண்டனர்.

"அப்பா, என்ன அவசரம்...

எங்கே, இப்படி கைகால் பொறாமே கௌம்புரீங்க...

அதுவு, அவரு இல்லாதப்போ..

நாளைக்கு அவரு வந்ததும் ஒரு வார்த்த சொல்லிட்டுப் போலாமில்லே...

அம்மா சொல்லுங்கம்மா...

கொளந்தெகள வச்சிட்டு நா எப்படி தனியா..."

"ஏய்... மாசி அவசர ஜோலி... ஒடனே போயாகுனும்...

அத்தைய தொணெக்குக் கூப்டுக்கோ..."

"எதகே*, உங்களுக்கு அவரசம்னா நீங்க போங்களேன்...

நா இவளோட இருக்கே..

கொழுந்தகள விட்டுட்டு எபபடி வர்றது.."

"ஆமாப்பா, அம்மாவயாவது விட்டுட்டுப் போங்க..."

"அடே... மொரண்டு பிடிக்காதிங்க...

அதுதா, நா போகுனும்னு சொல்றே இல்லெ...

* கணவனை மரியாதை நிமித்தமாக அழைக்கும் அன்புச் சொல்

மிச்சி, எனக்கு உங்கூட ஓரியாடுற* தெம்பில்லே... மொதலெ அதுக்கு நேரமுமில்லே...

11 மணி பஸ்சு வந்துடும்...

அதவிட்டா 'அரவேனு கம்பெ' வரைக்கி நடக்கமுடியாது.. சீக்கிரோ..."

அவர்களுக்குக் கண்ணீர் திரண்டிருந்தது. இதுவரை அப்பா இதுபோல் அழவைத்ததில்லை. அவர்களுக்கு அவரின் செய்கை ஒன்றும் புரியவில்லை.

தன் கைத்தடியை அழுத்தமாக ஊன்றி ஊன்றி வேகமாகத் திரும்பி பார்க்காமல் மல்லன் கிளம்பினார். சிமெண்ட் பூசப்பட்ட முற்றத்துத் தரையில் பட்டெழும் அவரின் கைத்தடியின் சப்தம் அவரின் ஆத்திரத்தை அளந்துகொண்டிருந்தது.

'மிட்டுக்கு', அப்பாக்கு இன்னிக்கு என்னமோ... பைத்தியம் புடிச்சிருக்னு நெனக்குறே..

சரி விடு, கவனமா இரு... நா போயிட்டுச் சீக்கிரமா வந்துடரே.."

என்றவாறு தலைப்பட்டினை வேகமாகக் கட்டினாள் மிச்சி. இடையில் சுற்றிய இரட்டு** துணியைச் சரிசெய்தாள்.

"பெரிய ஜோலி.. வெட்டி முரிக்கிற ஜோலி...

பொழுதன்னிக்கி திண்ணையிலே ஒக்காந்து நியாயம் பேசுறது தவிர வேறென்ன ஜோலி.."

அவளின் வாய் சற்று சப்தமாகவே முணுமுணுத்தது. வேலையை முடித்துக் கொடுக்காது மகளை விட்டுவந்த விரக்தியில் தாரைதாரையாகக் கண்ணீர் கொட்டியது. கீழிறங்கும் பள்ளத்தில் அமைந்திருந்த சுற்றிச்செல்லும் புட்பாத் பாதையது. தன் கணவனின் தடியின் ஓசையைக் கூர்ந்தாள். கேட்கவில்லை. அவள் நடையின் வேகத்தைக் கூட்டினாள். 'ஆடுபெட்டு' மலைச்சரிவில் பேருந்தின் ஹாரன் ஒலி. அந்தச் சரிவில் இறங்கி ரேஷன்கடை மேட்டினை ஏறிவிட்டால் அடுத்த நிறுத்தம் இந்த ஜக்கலோரைதான். தன் நடையை ஓட்டமாக மாற்றினாள்.

* 'ஓரி' என்றால் எருது. எருதைபோல முரண்டு பிடிக்க

** பெண்களின் துணை உடை

ஜக்கலோரை பேருந்து நிறுத்தத்திற்கு அருகிலிருந்த கல்லில் மல்லன் அமர்ந்திருந்தார். அவரின் முகம் மேலும் சிவந்திருந்தது. உச்சிவெயில் அவருக்கு மென்மேலும் சிவப்பினைப் பூசிக்கொண்டிருந்தது. கட்சிதமாய்க் கட்டிய அவரின் தலைப்பாகையின் இடுக்கின்வழி கன்னத்தில் வியர்வை வழிந்தது. அவரது கண்கள் தனக்கு எதிரே அமைந்திருந்த திடலில், பிக்கெ* மரத்திற்குக் கீழே வீற்றிருக்கும் மூன்று வழிபாட்டுக் கற்களை வெறித்திருந்தன.

அவரின் பார்வை கூர, கூர கைத்தடியைப் பற்றியிருந்த அவரின் கைப்பிடி இறுகியது. கண்ணிமை வெளுத்துப்போன அவரின் பூனைக்கண்களில் லோசகக் கண்ணீர் பனித்தது. மார்கழி வெயிலில் வறளும் தன் உதட்டினை நாவால் வருட வருட கரித்த உப்பு அந்தத் திடலின் மரணசாசனத்தை மௌனமாய் ஓதிக்கொண்டிருந்தது. தம் மகளின் மானம் காக்க, மகள்மறுத்து, அத்திடலில் கயிற்றில் தொங்கி உயிர்விட்ட அந்தத் தந்தைமார் மூவரின் நினைவு அவனுக்குள் விம்மிக்கொண்டிருந்தது.

காதை அடைக்கும் ஹாரன் சப்தத்தோடு ரேஷன்கடை ஏற்றத்தில் வந்துகொண்டிருந்த பேருந்து அந்த நிறுத்தத்தில் நின்று உறுமியது. அப்போதும் பிரம்மை கலையாத அவரை, மிச்சி தோளைக் குலுக்கி தெளிவிக்க, குறுகலான 'ஜக்கலோரை' சாலையில் இடைவிடாது ஹாரனெழுப்பியப்படி பேருந்து இறங்கியது.

"ஐயா சீட்டு... ஐயா.. டிக்கெட்.." என்று சலித்து முறைத்தவறே கேட்டுநின்றான் கலர்ச்சட்டை அணிந்த நடத்துனர். அவனது கையில் தொங்கிய விசில் மகள்மறுத்துத் தொங்கிய அம்மூவரின் நினைவை மேலும் திண்மையாக்கியது. மீண்டும் அதே பிரம்மை.

கோபத்தில் மிச்சி விலகி அமர்ந்தும் ஒன்றும் பயனில்லை. என்றைக்கும்போல கோபத்தில் முதலில் விலகி, நிமிட நேரத்தில் நெருங்கி அமர்ந்து, உரசி, புன்னகைக்கும் மல்லனின் சமாதானம் அன்று கைக்கூடவில்லை. என்றைக்குமில்லாத மல்லனின் இந்த விசித்திரப்போக்கு மிச்சிக்குச் சற்றும் விளங்கவில்லை.

---

* ஒருவகை புனித மரம்

2

“டானிக்டன்... டானிக்டன்... டானிக்டன் கேட்டவங்கெல்லா ரெடியா இருங்க..”

என்ற நடத்துனரின் அறிவிப்பு அவரின் பிரம்மையை ஓரளவு தெளிவித்தது. தன் கைத்தடியைச் சரிசெய்துக்கொண்டு இறங்கத் தயாரானார். அவரின் மனம் ஏற்கனவே இறங்கி பி.எஸ் பேக்கரியில் அலைந்துகொண்டிருந்தது.

அவரின் கால்கள் பொறுக்கவில்லை. கோத்தகிரி மார்க்கெட் நிறுத்தம் வருவதற்கு முன்னமே எழுந்து நின்றுகொண்டார். எதிரே வேகமாக வந்த லாரியொன்றிற்கு வழிதர வேகத்தைக் கட்டுப்படுத்தி, சடாரென ப்ரேக்கை அழுத்தி, ஓட்டுநர் பேருந்தை ஒதுக்க, தடுமாறி விழப்போன மல்லன் கைத்தடியை விட்டுவிட்டு, அருகில் இருந்த கம்பியைக் கட்டிக்கொண்டு, சற்றுச் சரிந்த நிலையில் ஓரளவு சமாளித்துத் தப்பித்துக் கொண்டார்.

“ஏய்... ஐயா.. என்ன அவசரம்.. விழுந்திருந்த என்னாகுறது... பெரியவங்க நீங்களே இப்படிப்பன்ன என்ன அர்த்தம்...”

கீழே விழுந்த கைத்தடியை எடுத்து அவருக்குத் தந்தபடியே ஒலித்த நடத்துனரின் அறிவுரையை அவரின் காது துளியும் வாங்கவில்லை. அறிவுரையை வாங்கும் சித்தியும் புத்தியும் அவ்வமயம் அவருக்கு இல்லை. அவரின் கைகள் லேசாக நடுங்கின. முகத்தின் சிவத்தல் குறைந்தபாடில்லை.

இறங்குவதற்காகப் படியை நோக்கி வேகத்தைக் கூட்டினார். படிக்கட்டில் நின்றிருந்த இளசுகள் இறங்கும்வரை பொறாது தள்ளிக்கொண்டு முந்தினார். மிச்சியைப் பற்றிய எண்ணம் சிறிதுமின்றி வேகவேகமாகக் குன்னூர்ப் பேருந்து நிறுத்தம் நோக்கி விரைந்தார்.

“ஹெத்தே*... ஐயா அவ்ளோ அவசரமா எங்கே போறாரு...

ஏதேனும் முக்கியமான ஜோலியா...

யாருக்காவது எதாவது ஆச்சா... எல்லாரு சொகம்தானே...”

என்று மிச்சியை நோக்கி எழுந்த வினாக்களுக்குப் பதிலேதும் கூறாமல், தனது வலது கையை உயர்த்தி, தெரியவில்லை என்பதுபோல சைகை காட்டிவிட்டு வேகமாக இறங்கினாள்.

---

* பாட்டி

'என்னிக்குமில்லாமே விட்டுட்டுப் போறார்...

இது என்ன புதுப்பழக்கம்...

அப்படி நா என்னத்த கேட்டுட்டே...'

என்று அவளின் மனதில் எழுந்த ஆற்றாமை விசும்பலாய் வெகுண்டது. அவள் பேருந்து நிலையத்தைக் கடக்கும் முன்னமே ஜி.ஆர்.வி பேக்கரி முன்பு மல்லன் நின்றிருந்தார்.

"ஏய்... மிச்சு, இதா இந்தப் பணத்தப் புடி...

நீ மொதலெ போயிடு... நா பின்னாடியே வந்துடறே...

முன்னறைய சாணம்போட்டு மெழுகி வை...

அந்த மொறெதய்கெ* தட்ட நல்லா கழுவி வை...

உல்லா மஜிகெ** செடி நம்ம வீட்டு முன்னாடியே இருக்கு..

அதவச்சி நல்லா தேச்சி கழுவிடு.. மறந்துடாதே..."

குன்னூர்ப் பேருந்து கிளம்பிட தயாரானது. மிச்சியின் கையைப்பிடித்து வேகமாக அழைத்துச்சென்று அப்பேருந்தில் ஏற்றிவிட்டார்.

இவருக்கு இன்று ஏன் இவ்வளவு அவசரம்? இவருக்கு என்னவானது? ஏன் இப்படி நடந்துகொள்கிறார்? என்று குழம்பிக் கொண்டிருந்த மிச்சிக்கு அவர் கூறிய தய்கெ என்ற வார்த்தை சித்தத்தைக் குடைந்து கொண்டிருந்தது.

அந்தத் தய்கெயைக் கடைசியாக எடுத்த நாளினை அவள் எண்ணிப்பார்த்தாள். அதுவொரு உப்புத் திருவிழா. சடங்கு முடிந்து தவட்டெ மற்றும் உப்பெ*** செடிகளுடன் மல்லன் வீட்டிற்குள்வர, கையில் உப்புக்கூடை, செம்பு, கத்தி என்று ஆளுக்கொன்றினை ஏந்திக்கொண்டு அவரின் தம்பிமார் நால்வரும் அவனைச் சூழ்ந்துவந்தனர்.

ஊரே பார்த்துப் பொறமைப்படும சகோதரப்பாசம். சிறுவயதிலே தந்தையை இழந்த அவர்களுக்குத் தம் தாய்

---

* படகர்களின் மரபார்ந்த சடங்குகளில் படையல் படைக்கும், உண்ணும் வெண்கலத் தட்டு

** புளிப்புத் தன்மைகொண்ட ஒருவகை மூலிகைச்செடி

*** படகர்களால் எருமை மந்தைகளின் குறியீடாய் விளங்கும் ஒருவகை மூலிகைச்செடி

கெப்பியால் பொத்திக் காக்கப்பட்ட சகோதரப்பாசம். தவட்டெப் பழத்தின் மேல்முனையிலுள்ள ஐந்து இதழ்களை, அதை உண்ணும்பொதெல்லாம் 'அதுபோலவே நீங்கள் ஐவரும் ஒற்றுமையாக இருக்க வேண்டுமென' சுட்டிக்காட்டி வளர்த்த சகோதரப்பாசம்.

அன்று முறையெல்லாம் முடிந்தபிறகு சாமையைக்கொண்டு, உப்பிடாமல் மல்லன் ஆக்கிய சோற்றினைத் தய்கெயில் இட்டு, சகோதரர்கள் ஐவரும் ஒன்றாக உண்ண, அடுத்தடுத்துவந்த வாரிசுகளுக்கும் மல்லன் அந்தத் தய்கெயிலிருந்து சிறு சிறுக் கவளங்களைப் பிடித்துத்தர, கண்படும் அந்த அன்பிற்கு வெகுவிரைவிலேயே கண்பட்டது.

சடங்குநாளில் மட்டுமின்றி மற்றநாட்களிலும் இந்தத் தய்கெயில் உணவிட்டு, பேரக்குழந்தைகளைச் சுற்றி அமரவைத்து, அனைவருக்கும் ஊட்டியும், கவளமாக்கி அளித்தும் மல்லன் நிறைவு காண்பதுண்டு. பிள்ளைகளுக்கெல்லாம் ஊட்டியப் பிறகே அவனின் வாய் கவளம் கொள்ளும். அந்தக் காலம் தொலைந்தல்ல, தொலைக்கப்பட்டுப் பத்து வருடங்களானது. அண்ணனின் வார்த்தைக்கு மறுவார்த்தை பேசாத தம்பிகள் நடுவீதியில் அவரை ஏசி, காறி உமிழும் நிலையும் வந்தது.

3

"அண்ணா, அவளுக்கு எவ்வளவு திமிரு..

பரவாலே... வயசானவான்னு நெனச்சி விட்ட, ரெம்பதா பண்ணுறா..

நம்ம பூமிய நா எவனுக்கோ வித்தா அவளுக்கென்ன..

வழிவிடமாட்டேங்குறா...

கடைசி வரைக்குச் சோறுபோட்டு, ஒண்ட எடமு கொடுத்தோம்பாரு அந்தக் கெரகந்தா...

எல்லா நம்ம அம்மாவ சொல்லனு..

நாய கொஞ்சுனா வாயதா நக்கும்."

என்று குமுறிக்கொண்டிருந்த தன் கடைதம்பியின் கடைவார்த்தை மல்லனை வெகுவாய் சீண்டியது. அடுத்த நொடியே ஓங்கி அவனை அறைந்தார். "ஐயோ" என்று தடுமாறி கீழே

விழுந்தவனைச் சினம் அடங்காது தன் கைத்தடியால் ஓங்கி அடித்தார். சினம் அவரது கண்களில் வெகுண்டெழுந்தது. அந்தக் கடைசி வார்த்தை அவரது ஆழ்மனதின் சினத்தைத் துருத்திக் கொண்டிருந்தது. சுற்றியிருந்தவர்கள் தடுத்தும் மல்லனுக்கு நிதானம் திரும்பவில்லை. அவன் தன்னிலையெய்தியபோது,

"எவளோ ஒருத்திக்காக இப்புடி அடிக்குறா...

சொந்தத் தம்பினுகூட பாக்காம...

தூ.. இவனெல்லா ஒரு அண்ணனா..

இந்த லச்சணத்துல ஊர் கவுடர் வேறே..

டேய்... உன்ன நம்பி வந்தோம் பாருடா..

இனிமே உன் வீட்ட மிதிச்சேனா எங்கப் பேர மாத்திக்கோ...

எல்லோரு பாருங்க, இதுபோல எந்த வீட்டிலேயாவது நடக்குமா.."

என்று, மல்லனின் கைத்தடி நெற்றியில் பட்டுப் புடைத்த வீக்கத்தைத் தடவியவாறே, கண்களில் கண்ணீர் ததும்ப அவன் வெகுண்டுகூறிய வார்த்தைகள், தன் கணவனைச் சாடுகிறான் என்பதையும்தாண்டி மிச்சிக்கும் கண்ணீர் சுரக்கச் செய்தது.

கையின், வரிசையான நான்கு விரல்கள் ஒரே நேரத்தில் துண்டாகி வீழ்ந்ததுபோல இதுவரை நீண்ட சகோதரப்பாசம் நொடியில் வீழ்ந்தது. அதுவும் சகோதரப்பாசம்தான் என்ற நியாயம் மல்லனுக்கும் புரியாமலில்லை. ஆனால், புரிந்துகொள்ள வேண்டிய நியாயங்களுக்கு முன்பு இந்த நியாயம் பெரிதாய் படவில்லை. அவரின் கண்மறைத்த சினத்திற்கான காரணத்தைத் தன் கண்முன்னே கொண்டுவந்து சீர்தூக்கிப் பார்த்தார். அந்தச் சினத்தில் சிறிதும் தவறில்லை. அது அன்னையின் நிழலாக இருந்து காத்த அவளுக்கு, அவளின் தியாகத்திற்கு அளித்த நிலம். அந்தத் தாண்டியுள்ள நிலத்தை விற்பதற்கு, வாகனவசதிக்காக வழிவிடுவது அவளின் விருப்பம். அதிலும், ஊரிற்கே உயிர் ஊற்றாய் விளங்கும் பிக்கெதாடா ஊற்றுநீர் ஊற்றெடுக்கும் இடமது. அதை அவள் எப்படி விடுவாள்? அவள்தான் அதைக் காக்கச் சரியானவள் என்று அம்மா தெரிந்தேதான் அவளுக்கு அளித்தாளோ? என்று எண்ணியவாறு பனிக்காற்றுப்பட்டு வெடித்த தம் உதட்டினை முன்னோக்கி விரித்துக் குவித்தார். எல்லையில்லாத உணர்வுநிலையில் அவர் கொள்ளும் தனித்த

மெய்ப்பாடு அது. உதட்டின் வெடிப்பு விரிந்து இரத்தம் கசிந்தது. அந்த இரத்தத்தில் தாய்ப்பாலின் கவுச்சி.

அம்மா பலமுறை சொன்னதுண்டு. அவனைப்பெற்று ஜன்னி கண்டபோது தன் முலை பகிர்ந்தவள் அவளென்று. தந்தையின்றி ஐவரை வளர்க்க அம்மா அரும்பாடுபட்டபோது, தன் கடைசி தம்பியை எடுத்து வளர்த்தவள் அவள்தான். அந்தக் கடைக்குட்டிதான் இன்று அவளின் மார்பில் முட்டுவது.

பால்குடித்த மார்பு. ரோஷம் கெட்டிருந்தால் அபத்தம். முதலில் அவளுக்குச் சோறிட்டப் பின்பே தான் உண்ணும் தனது அம்மா அடிக்கடி சொல்வாள் 'பெற்றவளைவிட எடுத்து வளர்த்தவளே மேம்பட்டவள்' என்று. வளர்த்தக் கடன் சினங்கொண்டு வென்றிருந்திருந்தது.

கடமையையும் உறவையும் சீர்தூக்கி நியாயம் பிடிப்பது கண்டத்தில் நின்ற ஆலாலம் போல. கடைந்தவனே விழுங்கியாக வேண்டும். விடம் இறங்காது கண்டத்தைப் பற்றிக்கொண்ட உறவின் கரங்களோ இறங்காத அந்த விடத்தின் வீரியத்தைத் தக்கவைத்திருக்கும். நான்கு பாம்புகள் சூழ்ந்த சிவந்த கண்டனாய் மல்லன் மாறிபோனான். பத்தாண்டுகள் கழிந்து இன்றும் அப்படித்தான்.

சகோதரச் சொந்தங்கள் யாவரும் வீட்டைக்கூட எட்டிப்பார்க்காத நிலையில், எதற்காக இன்று தய்கெ? அதைச் சுத்தம் செய்தால் உறவுகளுடன் உணவுண்ணாமல் இருக்கக்கூடாதே. வீட்டில் பேரன் பெயர்த்திகூட இல்லையே? இந்த மனிதனுக்குப் புத்திக் கெட்டுவிட்டதா? மிச்சியின் எண்ணச்சுழல் விண்ணுக்கும் மண்ணுக்கும் எக்காளமிட்டுக் கொண்டிருந்தது.

ஊர் வந்திருந்தது. "நட்டக்கல்லு... நட்டக்கல்லு... எறங்கரவங்க இருக்கீங்களா?.." குழப்பத்துடனேயே இறங்கினாள் அவள். இறங்கியதும் சாலையையொட்டிய பாறையிடுக்கில் செழித்து வளர்ந்திருந்த, வெண்கலப் பாத்திரங்களை நன்கு கழுவப் பயன்படும் 'உல்லா மஜிகெ' செடியைத் தன் வலது கரத்தால் கிள்ளி எடுத்துக்கொண்டாள்.

4

பார்த்து பார்த்து நிதானமாகச் சாலையைக் கடக்கும் இயல்புடைய மல்லனுக்கு அன்று கால் பொறுக்கவில்லை.

எதிர்வரும் வாகனம்குறித்த பிரஞ்சை சற்றுமின்றி கைத்தடியை ஊன்றிக்கொண்டு முடிந்தளவு வேகமாகச் சாலையைக் கடந்தார். நெருங்கிய பிக்கப் வண்டியொன்று அவரை இடிப்பதைப் போலவந்து மயிரிழையில் வளைந்து கடந்தது. கையை வெளியே நீட்டி மல்லனைத் திட்டிய ஓட்டுனரின் வார்த்தையைச் சற்றும் சட்டைசெய்யாமல் பி.எஸ் பேக்கரியை நோக்கி விரைந்தார்.

அக்சயா ஓட்டலுக்கு அருகில் இருந்த ரிபா காம்ப்ளெக்சின் தரைத்தளத்தில் அமைந்திருந்த மணி மளிகைக்கடையின் உரிமையாளர் மணியோ,

“ஐயா.. ஓ மல்லய்யோ.. பேப்பர மறந்துடாதிங்க..

நாலுநாள் பேப்பரையு எடுத்து வச்சிருக்கே”

என்று உரக்கக்கூற, அதற்கு மறுமொழியாகக் கையை மட்டும் உயர்த்திக் காட்டிவிட்டு நகர்ந்தார். இரண்டு கடைகள் தள்ளி இருந்த பாலாஜி மருந்துகடையின்முன் சில நொடிகள் நின்று எதையோ யோசித்தார். நடுநெஞ்சில் கைவைத்து அழுத்தித் தேய்த்தார். அக்கடையின் முதலாளி பாலாஜியும் உள்ளே இருந்தான். அவன் மல்லனைக் கண்டதும் கையை உயர்த்திக்காட்டி தன் மகிழ்ச்சியைத் தெரிவித்தான்.

அந்த மருந்துகடையில் யார் இருந்தாலும் பாலாஜியிடம் மருந்து வாங்கினால்தான் மல்லனுக்குத் திருப்தி. பாலாஜி இல்லாத நாட்களில் அவர் மருந்தே வாங்காமல் திரும்பியதுண்டு. இன்முகத்தோடு வரவேற்று, ஆராய்ந்து மருந்தளிக்கும் பாலாஜியை நம்பிக்கைக்குரியவராக அவர்மனம் ஏற்றிருந்தது.

ஒருவாரமாக நீடித்துக் கொண்டிருக்கும் நெஞ்சு எரிச்சலுக்கு மருந்து வாங்கிவிடலாமா என்ற யோசனை அவருக்குத் தொடர்ந்தது. எதையோ நினைத்தவாறு மறுமொழியாகப் பாலாஜிக்குத் தன் கைத்தடியுடன் கையை உயர்த்திக் காட்டிவிட்டு நகர்ந்தார்.

பி.எஸ் பேக்கரியின் உரிமையாளர் ஜோகி மல்லனை வரவேற்றார்.

“ஏய்.. மாம்.. என்ன ஒருவாராமா ஆள காணும்..

மக வீட்டுக்குப் போயிட்ட எங்களையெல்லா மறந்திடுவீங்களோ...”

என்று ஜோகிகூற, மல்லனோ நைச்சன்யமாகச் சிரித்தவாறே,

“ஏய் ஜோகி... நீ கொஞ்ச சும்மா இருக்கியா..

கிண்டலடிக்க ஜாமமில்லே..

ஒரு உப்பு ரொட்டி, ஐந்து பன்னு, ஐந்து தேங்காபன்னு, அரைகிலோ சின்ன வரிக்கி..

இதேபோல ஐந்து பார்சல் பன்னு...

அதிலெ ஒன்னுலே மட்டும் பத்து கோக்கனட் பால சேத்துக் கட்டு...

சீக்கிரமா.. குன்னூர் பஸ்ஸ எடுத்திடபோரா...”

அவர் சொல்ல சொல்ல ஏற்கனவே கட்டிவைத்திருந்த வரிக்கி உள்ளிட்ட சிலவற்றைப் பைகளில் கட்டினார் ஜோகி.

இந்தக் குன்னூர் பஸ்ஸை விட்டுவிட்டால் அடுத்த பஸ் அரை மணிநேரம் கழித்துதான். அதிலும், இது சாப்பாட்டு நேரம். நிறுத்தி ஐந்து நிமிடத்தில் எடுக்கவேண்டிய பேருந்தை, உணவு நேரத்தைச் சாக்காகவைத்து அரை மணிநேரம் கழித்து எடுப்பதுண்டு. ஒரு சிகரெட்டிற்கு இரண்டு சிகரெட்டுகளை உண்டதற்குத் தோதாக இழுத்து, கதைபேசி, அரட்டை அடித்து, வயிறு சற்று காலியாகும்வரை காத்திருந்து, ஒரு டீ சாப்பிட்டுவிட்டுத்தான் பேருந்தை எடுப்பது வாடிக்கை. இந்தப் பொதுபுத்தி மலைப்பகுதிகளில் தராளமயம். தகவமைப்பிலேயே சகிப்பில் உழன்ற மலைமக்கள் இதற்கும் பொறுமை கொள்வதுண்டு.

மல்லனின் கால்கள் பறபறத்தன. அவனின் அவசரம் ஜோகிக்கும் புரிந்தது. கதவைத்திறந்து பேருந்தில் ஏறும் ஓட்டுனரைக் கண்டதும் மல்லனுக்கு மேலும் பதற்றம் கூடியது.

“ஏய்... ‘தம்மா’... கொஞ்சமிரு.. இதோ ஐயா வந்துருவாரு..” என்று ஓட்டுனரை விளித்துக் கூறினான் ஜோகி. அவன் முறைத்துப் பார்த்தவாறே வண்டியை ஸ்டார்ட் செய்து மெதுவாக நகர்த்தினான்.

பேருந்து, அட்டை நகர்வதைப்போல லேசாக முன்னகர்ந்து கொண்டிருந்தது. கடக்கும் வண்டிகள் பற்றிச் சிறிதும் கவலையின்றி வேகமாகச் சாலையைக் கடந்து பேருந்தில் ஏறினார் மல்லன். தான் வாங்கிய பொருட்களை வைப்பதற்குத் தோதாக

கடைசி இருக்கையின் நடுவில் அமர்ந்தார். இது அவரின் வாடிக்கையான இடம்.

'நட்டக்கல்' நிறுத்தத்தில் பேருந்து நின்றது. கைக்கு அடங்காத அந்தப் பைகளை ஏந்திக்கொண்டு அவர் இறங்கி நடந்தார். அவர் இந்தவழியாக வந்து பல ஆண்டுகளானதுண்டு. எனவே, இந்தப் பாதை அவருக்குப் புதிதாய்ப்பட்டது.

ஊரின் முகப்பிலேயே தன் தம்பிகளின் வீடு. அவர்கள் நால்வருக்குமென வரிசையாக, ஒரே விதத்தில் அவர் கட்டித்தந்தது. தனி தனி முற்றத்தோடு தனியாகக் கட்டலாம் என்ற தன் அம்மாவின் ஆலோசனையை மறுத்து, சுவற்றைப் பகிர்ந்து வீடு கட்டினால்தான் அன்பு, உறவு நிலைக்குமென்று 'கெக்கட்டி' காளை மேஸ்திரியை அழைத்து அந்த வீடுகளை அவர் கட்டியிருந்தார்.

தம்பிகள் முரண்பட்டதிலிருந்து 'நட்டக்கல்லுக்கு' அடுத்த நிறுத்தமான 'அட்டோடை' நிறுத்தத்தில் இறங்கி, பி.எம்.எஸ் பள்ளியின் வழியாக ஊரிற்குள் புழங்கிக்கொண்டிருந்தார். முரண்பட்ட தொடக்கத்தில் வழியில் நடந்துவரும் அவரைக்கண்டு பாசத்தால் ஓடிவந்த பிள்ளைகளை, அவரிடம் சென்றதிற்காக அடித்து அரற்றிய தன் உடன்பிறப்புகளின் கொடுமையைத் தாளாது அந்த வழியை அவர் துறந்திருந்தார்.

ஊரின் முகப்பிலுள்ள புல்மேட்டினை அடைந்தார். தீடிரென்று தம்பிகளின் இல்லத் தெருவில் நுழைந்தார். நெடுநாள் கழித்து இந்த வழியாக வந்தவரை பெருவியப்போடுக் கண்டும் கணாமலும் முற்றத்தில் அவரையை உணக்கிக் கொண்டிருந்த இரண்டாம் தம்பியின் மனைவிக்கு அவரைக் கண்டதும் அதிர்ச்சி தாளவில்லை. 'கல்லே கரைந்தாலும் மல்லன் கரையமாட்டான்' என்று மல்லனின் ரோஷத்தைப்பற்றி பலமுறை தம்பட்டம் அடித்தவள் அவள். மல்லனைப் பொதுவெளியில் பலமுறை துற்றியவளும்கூட. அவர் கண்டதும், மம்மா* என்றபடி எழுந்து நின்று, அவரிடம் ஆசிவாங்கத் தலைகுனிந்தாள் குற்றவுணர்வு அவளிடம் பெருமூச்சாய் விம்பிப் புடைத்தது. தலையைத் தொட்டு "பதக்.. பதக்.." என்று ஆசி வழங்கினார். "இதோ வந்துடறே" என்றவர் முதல் வீடாய் அமைந்த தன் கடைசி தம்பியின் வீட்டிற்குள் நுழைந்தார்.

---

* மாமா

“டேய் பெள்ளா..” என்றவாறு அவ்வீட்டின் கடைசி வாரிசினை விளித்துக்கொண்டே உள்ளே சென்றார். அவனுக்குப் ‘பெள்ளன்’ எனும் தன் தாத்தாவின் பெயரினை அவர்தான் வைத்திருந்தார்.

திடீரென்று வந்துநின்ற தன் அண்ணனைக் கண்டதும் சாப்பிட்டுக்கொண்டிருந்த தம்பி எழுந்து நின்றான். ‘நீ செத்தாலும் நா உம் மொகத்தப் பாக்கமாட்டே.. ஒருவேளே நா செத்தாலும் எம் மொகத்தப் பாக்க வந்துடாதே’ என்று அவரோடு இறுதியாகப் பேசிய வர்த்தைகள் அவனின் தொண்டைக்குழியை அடைத்தன. புரையேறி இருமினான்.

“ஏய்.. பாத்து,... பாத்து.. மொதுவா.. பசங்க இல்லையா”

“ஸ்கூலுக்குப் போயிருக்காங்க மாமா..”

“ஓ... இன்னிக்கு ஸ்கூலில்லே.. மறந்துட்டே..”

வார்த்தைகள் விட்டு விட்டு உணர்வுகளை அளந்து கொண்டிருந்தன. வண்டிப் பாதையின்றி இன்றும் விற்கப்படாத அந்தப்பூமி புதர்மண்டிக் கிடந்தது. அதற்கு இன்றும் தடையாக இருக்கும் தன் அண்ணனின்மீது அப்புதரையும் தாண்டி அவனுக்கு வெறுப்பு மண்டிக்கிடந்தது.

ஒருமுறை பிள்ளைகளுக்குப் பீஸ் கட்டவேண்டுமென்று சொல்லியனுப்பியும்கூட, அந்த வழிக்குக் கையொப்பம் இடாமல் மறுத்தான் மல்லன். பீஸ் கட்டச்சொல்லி அவன் கொடுத்தனுப்பிய பணத்தையும் ‘எனக்கென்ன பிச்சே போடுறானா’ என்று மல்லனின் முற்றத்தில் விசிறி எரிந்த நினைவும் அவனுக்கு வெறுப்பைக் கசிந்து கொண்டிருந்தது. ‘இப்போ மட்டும் எதுக்கு வந்திங்க.. வெளியே போங்கா..’ என்று சொல்லெடுக்க அவனின் புத்தியில் சிறு வஞ்சம் குடைந்தது. ‘ச்சே.. இது யார்வீடு.. இதன் ஒவ்வொரு செங்கல்லிலும் அவரின் கைரேகை உண்டு.. அவரை வெளியே போகச்சொல்ல நான் யார்? யாருக்குத்தான் உரிமையுண்டு..’ மனதின் மௌனப் போராட்டம் தொடர்ந்தது. அது புறத்திலும் ஆதிக்கம் செலுத்தியது.

வெண்கலக் கோப்பையில் தரப்பட்ட, சற்று சூடாக்கிய மோரினை ஒருசில மடக்கில் குடித்தார் மல்லன். அறுவை

சிகிச்சைப்பிறகு சளிபிடிக்காமல் இருக்க, மோரினைச் சற்று சூடாக்கி குடிக்கும் அவரின் வழக்கம் அவர்களுக்கும் தெரிந்திருந்தது. மோர் படிந்த தன் வெண்மீசையைக் கையால் முறுக்கித் துடைத்துச் செருமினார்.

“மாமா குடிக்கத் தண்ணீர் தரவா...”

“இல்லே.. போதும்..

இன்னிக்கு ராத்திரிக்குச் சாப்பிட எல்லோரும் நம்ம வீட்டுக்கு வந்துடுங்க” என்றார் மல்லன்.

சுற்றி நின்ற மூவரின் முகத்தையும் மாறி மாறி பார்த்துக்கொண்டே அவர் விடுத்த அழைப்பின் குரலும், அழைத்த முகமும் இதுவரை அவர்கள் காணதவொன்று. சிறுவயதில் விளையாடிக் களைத்து உறங்கிய தன்னை எழுப்பி, தான் தூங்கிவழிய, வயிற்றைக் காலியாக விடக்கூடாது என்பதற்காகச் சோறூட்டியபோது, தூக்கம் வழியும் கண்கொண்டு தான் கண்ட அண்ணனின் அதேமுகம். இன்று தெளிந்த பார்வைக்கு.

பெருங்கனிவில் மேலும் சிவந்துகொண்டிருந்த அவரின் முகத்தை அம்மூவரால் எதிர்கொள்ளவியலாது தலைகுனிந்தனர்.

வாங்கிவந்த தின்பண்டங்களை நால்வரின் வீட்டிற்கும் கொண்டுசென்று கொடுத்தார். எல்லோரின் இல்லத்திலும் மோர்வாங்கிக் குடித்தார். நால்வரையும் உணவிற்கு அழைத்துவிட்டு இல்லம் திரும்பினார்.

திருவிழாவிற்குக் காத்திருந்ததுபோல ஊரே அந்நாளிற்காய் காத்திருந்தது. ஊரோடுச் சேர்ந்து அதே மனநிலையோடே மிச்சியும் அந்தக் காட்சியைப் பார்த்துக்கொண்டிருந்தாள். இனி சரியே ஆகாது என்று உறுதியாகக் கருதியவொன்று இன்று சரியாகி, சங்கீதமாகி நீண்டுகொண்டிருந்தது.

ஊராரின் முகமெல்லாம் பொலிந்திருக்க, அந்தப் பொலிவையெல்லாம் ஒருங்கே ஏற்றுக்கொண்டு வீட்டிற்குள் நுழைந்தான் மல்லன். திண்ணையில் உலர்த்த வைக்கப்பட்டிருந்த தய்கெ அவனைப்பார்த்துப் புன்னகைத்தது. அவன் மீதான கோபத்தை விட்ட மிச்சியோ அந்தத் தய்கெயைவிடக் கூடுதலாகப் பொலிந்து கொண்டிருந்தாள்.

5

சரியாக மாலை ஆறு மணிக்கு விளக்கேற்றினாள் மிச்சி. சாமையையிட்டு ஆக்கிய குச்சக்கூ* உணவினையும், எம்மெ அவரைக் குழம்பினையும் அவள் பொழுது மங்கும்போதே ஆக்கியிருந்தாள்.

நடு அறையின் மையத்தில் தய்கெ வைக்கப்பட்டிருந்தது. அருகே முறைபடி உணவுக் கலன்கள் அணிவகுத்தன.

அந்திச் சூழ்ந்தது. அவர்களைக் காணவில்லை. அவர்கள் வருவார்களா எனும் சந்தேகம் எழுந்தது. மிச்சியின் முகத்தைப் பார்த்தான் மல்லன். அவளின் கண்களில் கண்ணீர் திரண்டிருந்தது. மல்லனின் பார்வையின் ஏக்கம் அவளுக்கு நன்கு புரிந்திருந்தது.

“அவங்க வராட்டி போறாங்க” என்று முனுமுனுத்தாள்.

“இதோ நா போயி ஒரு எட்டு பாத்துட்டு வந்துடறே”

என்று கதவிடுக்கில் வைத்திருந்த கைத்தடியை எடுத்தான். மிச்சிக்கு அவரின் செயல் பெரும் வியப்பினைத் தந்திருந்தது. தன்னுடனான வாழ்வில் இதுவரை அப்படியில்லாத அவர் இன்று அப்படி. ஒருமுறை தன் தந்தையை முறைபடி அழைத்தும் வரவில்லை என்பதற்காக அவர் இறக்கும்வரை வீட்டினை மிதிக்காத இவரா இன்று இப்படி..... மிச்சியின் குழப்பம் நீடியது.

‘ஏய் நில்லுங்க.. உங்களுக்கு ரோஷமில்லையா’ என்று வாய்விட்டுக் கேட்கத் துணிந்தாள்.

தெருவிளக்கின் வெளிச்சம் இருந்தாலும், சற்று மங்கிய தன் கண்களை இடுக்கி இடுக்கி விலக்கித் தெளிவித்து மெதுவாகத் தன் தம்பிகளின் இல்லத்தை நோக்கி, தடுமாறி நடந்து சென்றார்.

தம்மை நோக்கிவரும் அவரை தூரத்தில் கண்டதும் அண்ணனின் வீட்டிற்குச் செல்வது குறித்து வெளியில் கூடிப்பேசிக்கொண்டிருந்த தம்பிகளுக்கு வியப்புத் தாளவில்லை. குழப்பத்தில் பிள்ளைகளோடுத் திண்ணையில் அமர்ந்திருந்த அவர்களின் மனைவிமார்கள்

“ஏய் சீக்கிரம்... அவரு வந்திடப் போராரு...

---

* சாமையையிட்டு வடித்து ஆக்கிய ஒருவகை உணவு

அது மரியாதேயில்லே..."

என்றவாறு குழந்தைகளை அழைத்துக்கொண்டு முன்னகர்ந்தனர். தன் கணவன்மார்களின் முடிவெடுக்கும் திறன்குறித்து அவர்களுக்கு நன்குதெரியும். மற்றவர்கள் தோட்டத்தில் களையெடுக்கும் போதுதான் தன்நிலத்தில் விதைப்பதுக் குறித்து யோசிப்பவர்களென்று.

தாத்தாவைக் கண்டவுடன் முதலில் கட்டியணைக்கும் போட்டியில் பெள்ளனே வென்றிருந்தான்.

பேரன்கள் முதல் வரிசையிலும் அடுத்துத் தம்பிகளும் தய்கெயைச் சுற்றி அமர்ந்திருந்தனர். தன் மேற்போர்வையான சீலையை* வலது கையின் கக்கத்தின்வழியே எடுத்து நன்கு போர்த்தினார் மல்லன். தண்ணீரால் கைக்கழுவி கடைவரிசை யிலிருந்து, தய்கெயிலுள்ள உணவினைக் கவளமாக்கி அவர்களின் கைகளில் அளித்தார். அந்திச் சூரியனை நிகர்க்க அவரின் முகம் சிவந்திருந்தது.

பத்தாது, நான்காவது முறையாகவும் உலை வைக்க வேண்டுமென்று அவன் கணித்ததைப் பேலவே மூன்றுச்சட்டி சோறும் தீர்ந்துபோய் நான்காவது சட்டிச் சென்று கொண்டிருந்தது.

கடந்தமாதம் மல்லன் கடைந்த நெய்யில் நின்றெரிந்த விளக்கொளி தன் நிறைவைக் கூட்டிப் பொலிந்தது. மல்லனின் கண்கள் ஆனந்தத்தில் பனித்தன.

"ஐயா, இன்னும் முடியாதப்போ... போது.. போது..." என்ற பேரன்களின் நிறைவையும், "அண்ணா, இனி போதும்.. ஹெச்சு**" என்ற தம்பிமாரின் நிறைவையும் ஒருங்கே கேட்ட நிறைவில் மல்லன் எல்லையின்றி பொலிந்தார்.

ஆனந்தக்கண்ணீர் கலந்து, சப்பி விரிந்து, வெடித்த அவரின் இதழ்களில் இரத்தம் கசிந்தது. அனைவரையும் பெரும் மகிழ்வோடு வழியனுப்பினார். மல்லனோடு உறங்க அடம்பிடித்த பெள்ளனையும் நாளைய தேர்வுக்கருதி ஏமாற்றி அனுப்பினார்.

---

* படக ஆண்களின் மரபார்ந்த மேல் போர்வை

** நிறைவு

பெரும்நிறைவோடு திண்ணையில் அமர்ந்துகொண்டு நிலவை வெறித்தார். மீண்டும் உலைவைத்து வடித்த சோற்றை உண்ணாது வெறும் மோரினை மட்டும் பருகினார். அதுவரை உறவின் களிப்பில் மறந்திருந்த நெஞ்செரிச்சல் வலுவாக எட்டிப்பார்த்தது. 'நெஞ்செரிச்சல் மாத்திரை வாங்கியிருக்கலாமோ' என்றெண்ணி சற்று வருந்தினார்.

தன் தாத்தன் பெள்ளன் இறக்கும்போது அவருக்கு வயது 107. அதுவரையிலும் தன் வேலையைத் தானே பார்த்துக்கொண்ட திடகாத்திரக்காரர் அவர். அவர் தனக்குக் கடைசியாகத் தய்கெ உணவினை அளித்த நினைவு மேலிட்டது. அந்த அடர்பனிக் காலத்தில், அன்றிரவு தன் தாத்தனுக்கு வியர்த்துக்கொண்டு வந்தபோது அவர் தன் போர்வையை விலக்கி, தன்னை அழைத்து எரியும் தன் நெஞ்சினைத் தடவச் சொன்ன அனுபவம் கட்டியாக அணைந்தது. உடனே, மல்லனும் சற்று வீங்கிய தன் நடுநெஞ்சினை அழுத்தமாகத் தடவினார்.

வாடிக்கையாக, கனமான மூன்று போர்வைகளின்றி உறங்காத அவர், மிச்சி உறங்கியதை உறுதிபடுத்தியதும், அவள் தனக்குப் போர்த்திய போர்வைகளை விலக்கி, மெல்லிய ஒற்றைப் போர்வையை மட்டும் போர்த்திக்கொண்டார்.

நேற்றைப்போல வியர்க்கவில்லை. அன்று தன் பக்கத்தில் வியர்வை ஒழுக, வியர்த்து தலைநனைந்து பெருமூச்செறிந்த தன் தாத்தா பெள்ளன்,

"மல்லு, இன்னும் அவ்ளோதான்.. நெஞ்செரிஞ்சு, இந்த நஞ்சுத் தண்ணி வயித்திலிருந்து நெஞ்சுலே ஏறிட்டா அவ்ளோதா.."

என்று தன் கையைப் பிடித்து நெஞ்சிலேறிய நஞ்சுநீரால் புடைத்த தன் மார்பினைத் தொட்டுக்காட்டி, வாழ்வின் நிறைவை வார்த்த அவரின் விகாரச் சிரிப்பின் நிறையொலியின் கூர்பற்கள் நேற்றே மல்லனை மெல்லத் தொடங்கியிருந்தன.

நேற்று அதிகாலையிலேயே ஏறத்தாழ நஞ்சுநீர் மல்லனின் மார்பைத் தொட்டிருந்தது.

"எந்த நிலையிலும் தய்கெய மறந்துடாதே..

அதுலே சாப்பிடாட்டியு நீரையாவது ஊத்தி நனெச்சுக் கொட்டிடு" என்ற, குருதி கசியும் இருமலோடுப் பிணைந்த தன் தாத்தாவின் கடைசி வார்த்தைகள் கடந்த பத்து ஆண்டுகளாக அவனுக்கு ஆறாத ரணம்.

'உறங்காமல் உறக்கத்தைப் பிடித்து வைக்கலாம். ஆனால் உயிரை?..

என் மூதாதையர்களே என்னை விட்டுவிடாதீர்கள்...

ச்சே... அதிலும், மாப்பிள்ளை வீட்டில் உயிரைவிட நேர்வது எவ்வளவு கேவலம்..

நான்குபேரோடு உடன் பிறந்துவிட்டு.'

என்று நேற்று உயிரைப் பிடித்திருந்த அல்ல, உயிரைப் பிடித்து வைத்திருந்த கணங்கள் அவரை நெருடின.

'மிச்சிக்கு என்ன குறை..

அவள் ஊரின் அன்பை அளப்பவள்..

ஊரே அவளை மடிசாய்க்கும்..'

அவரின் எண்ணங்கள் சுழன்றன.

அவரின் நெடுவாழ்வின் மொத்த அனுபவப் பிரளயம் அவருக்குள் அலைந்தது. மூளையையும் மனதையும் குடைந்தது. தன் கடமையை நிறைக்கும்வரை பிடித்துவைத்திருந்த அவரின் உயிர் லோசானது.

தன் முதல் தம்பி சிவப்பும் கருப்பும் கலந்த கெறெயினை* கொண்ட, மேல்முனைக்குச் சற்றுக்கீழ் கந்தலான தனது குத்தன்ன சீலெயை** அணிந்து தய்கெயில் அமர்ந்திருக்கும் காட்சி அவரது கண்களில் நிறைந்தது. மூச்சு முட்டியது. அன்று தன் தாத்தாவிற்கு எழுந்த அதே மூச்சொலி.

வெடித்துக் கருத்த உதட்டினை அதிர்த்து, அவ்வொலியோடு தன் தாத்தனுக்கு உயிர் வெளியேறிய அந்தக் கணமே அவன் நினைவெங்கும் ஆட்கொண்டிருந்தது. தன் தாத்தனைப்போல எழுந்தமர எண்ணினான். ஆனால், அந்தக் கணம் கடந்திருந்தது. அடுத்தது, உயிர்பிரியும் அந்தக் கடைசி ஒலிதான். அந்தக்

---

* துணிக்கு இடப்பட்ட ஓரவிளிம்பு நிறம்.

** படகர்களின் ஒருவகையான 'சீலை' வகை

கணம்தான். அது தொண்டையில் துடித்துத் தாத்தாவிற்கு நிகழ்ந்ததுபோல இரத்தத்தோடு, இல்லையெனில் அம்மாவிற்கு நிகழ்ந்ததுபோல இரத்தமின்றி, ஏன், வளர்த்தவளுக்கு ஆனதைப்போல குடித்த மேரோடும்கூட இருக்கலாம்.

" எதகே... எதகே...." மாசியின் ஓங்கிய அழைப்பொலி...

மல்லனோ, மகளின் மானம்காக்கத் தூக்கில் தொங்கிய அந்த 'ஜக்கலோரையின்' திடலுக்கு இளைப்பாற சென்றுகொண்டிருந்தார்.

பதிவுகள், ஏப்ரல், 2023

சுவ்வே

1

மாதிக்குச் சிரிப்பை அடக்க முடியவில்லை.

பளபளவென ஒளிரும் வெண்ணிற ஹெவெல்ஸ் வெர்ஷ்டன் டைப் கழிப்பானைக் கண்டு கண்டு சிரித்தாள்.

"ஹெத்தெ கவனோ...

மேலே இருக்குற மூடிமேலேதா உக்காரனும் தெரியுமா..

'ஹெத்தெ' கவனோ... கீழே விழுந்திரப்போறே..

கதவத் தாப்பா போட்டுடாதே... நா யாரையும் உள்ளே வராமா பாத்துக்குற...

ஜாக்கிரதே"

என்ற பேத்தி தேவியின் வார்த்தை அவளுக்கு மேலும் சிரிப்பினைக் கூட்டியது.

"ஏய் போவியா... பொல்லாத கக்கூஸ்...

எனக்குத் தெரியாதா?

நீ போயி கொழந்தைய கவனி... நா பாத்துக்குறே...

ஏய், மிட்டிக்கி கரண்ட் அடுப்பிலே வச்சிருக்குற நீர மறந்துடாதே....

அது கொதிக்குது பாரு..."

என்று இயல்பிலேயே உரக்கப்பேசும் அவள், தன் குரலை உயர்த்தியவாறே அந்தக் கழிப்பானைத் தன் இரு கைகளாலும் அழுத்திச் சரிபார்த்தாள். முண்டைத் தூக்கிக்கொண்டு இதில் அமரமுடியுமா? என்று மனதில் ஒத்திகை பார்த்தாள். போனால் போகட்டும் தரையில் அமர்ந்துவிடலாமா என்று யோசித்தாள்.

தரையில் ஒட்டப்பட்டிருந்த முப்பரிமாண டைல்ஸ் கல்லில் தவழும் வண்ண மீன்களின் படம் அவளின் அந்த எண்ணத்தை மாற்றியது. அதிலும், தரையையொட்டி சுவற்றின் ஓர விளிம்பில் ஒட்டப்பட்ட முதல் கல்வரிசையில் விளங்கும், தங்கம்போல் ஜொலிக்கும் சிறு சிறு வண்ண மீன்கள் அவளின் பார்வையை ஈர்த்திருந்தன.

பிரதிவாரம் சனியன்று தன் கணவன் பில்லன் தவறாமல் வாங்கிவந்து, வறுத்துத்தரச் சொல்லி உண்ணும் மீன்தான் அது. நள்ளிரவில், ஆழ்ந்த உறக்கத்தில் பில்லனுக்குத் திடீரென்று தோன்றும் கெண்டைக்கால் பிரண்டலுக்கு மருத்துவச்சி ஜெவனகுப்பி சொன்ன தீர்வு இது. அடிக்கடி கால் வீங்கிக்கொள்ளும் பில்லனுக்கு நேரடியாக உப்பை அளித்தால் ஒவ்வாது என்று உப்புக் குறைப்பாட்டிற்கு மாற்றாக அளிக்கப்பட்ட மருந்து இதுவாகும்.

நள்ளிரவில் கால் பிரண்டுபோக, வலிதாளாது ‘ஏய்.. சுவ்வே எண்ணே* என்று விளித்து அரற்றும் தன் கணவனின் செயலால் அம்மீனிற்கு அவள் ‘சுவ்வே மீனு’ என்றே பெயரிட்டிருந்தாள். கருவாடாக வாங்கிவரும் இம்மீனின் சுவையும் சொல்லி மளாதது. நாவில் பட்டவுடன் முதலில் உவர்ந்து கசந்தாலும் அதை மென்று விழுங்கும் நிறைவு அலாதியானது. ஆனால், இம்மீனின் சுவையோடு ஒரு பெரும் சுகமின்மையும் ஒட்டி யிருந்தது. இதை உண்ட நாட்களில் அதிகாலையில் மலத்தை வெளியேற்றுவது பெரும்பாடினும் பெரும்பாடு.

இந்த மீனை உண்ட நாட்களில் மேலட்டி சீகைமரத்** தோட்டத்திற்குள் மணிக்கணக்கில் அமர்ந்து, வயிறுவலிக்க முக்கியும் துளிகூட மலம் வெளியேறாது திரும்பிய நாட்களுமுண்டு. தோட்டத்திற்குச் செல்கின்ற நாளானால் சிறு திருப்தியே. இடையில் எப்போது மலவுணர்வு தூண்டினாலும் ஓரளவு

---

* சுவை கண்டவளே

** ஒருவகை மரம்

சமாளித்துக் கொள்ளலாம். ஆனால், ஏதேனும் நிகழ்விற்குச் செல்வதாக இருந்தால் கன்று ஈன மாசுதெரிந்த எருமையின் நிலைதான்.

பெருமலோடு வயிறு லேசாக உப்பிக்கிடக்கும் அந்நிலையே ஒவ்வாதது. மாதியின் மிடுக்குத்தனத்தைக் குலைக்கக்கூடியது. இதெல்லாம் தெரிந்தும்கூட அம்மீனின் சுவை தவிர்க்கவியலாதது. 'பில்லனுக்கும் இப்படித்தான் நிகழுமோ' என்று அவளுக்கு அறிய வேண்டும்தான். அவள் கவனித்தவரையில் அப்படியொன்றுமில்லை. இதைப்பற்றி அவனிடம் விசாரித்தாலோ நீளும் கதைகளைக் கேட்க அவளுக்கு நேரம் இருந்ததில்லை.

பத்துக் குழந்தைகளுக்குச் சமைப்பதும், அதிலும், ஆறு ஆண்களுக்குச் சமைத்துப் பணிவிடை செய்வதிலுமுள்ள கஷ்டம் முடிவில்லாதது. அடுப்படியில் அமர்ந்துகொண்டு சமைக்கும்நேரம்தான் அவளுக்கான சிறு ஓய்வு.

2

வீட்டில் சில ஆண்டுகளாக இந்தியக் கழிவறை இருந்தும் அவள் அதை விரும்புவதில்லை. ஆத்திர அவசரத்திற்குக்கூட அவள் அதைப் பயன்படுத்துவதில்லை. அவளுக்கு நினைவுதெரிந்த நாள்தொட்டு இதற்கு அந்தச் சீகைச்சோலையே உகந்ததென்பது அவளின் மனப்பான்மை. மலம் கழிப்பதை ஓர் அறைக்குள் நிகழ்த்துவதை அவளின்மனம் என்றும் ஒப்பியதில்லை. அதிகாலை நீர்ப்பனி பிட்டத்தை நனைக்க, சீகை மரத்தினின்று சொட்டும் பனித்துளி உடலைச் சிலிர்ப்பிக்க, பனிக்குளிரில் நடுங்கிக்கொண்டே மலம்கழிக்கும் அந்த இடம் மனதின் அழுத்தத்தையும் கழிக்குமென்பது அவளின் திண்ணம்.

உதிர்ந்த சீகைமரத்தின் இலைகளோடு நிலச்செடிகள் பரவியிருக்கும் அச்சோலையில் ஆசுவாசமாய் அமர்ந்தால் முழுப்பிட்டத்தையும் நனைக்கும் நீர்ப்பனியிலிருந்து தற்காக்கச் சற்று எக்கி அமர்வதை அனிச்சையாகவே அங்குப் பழகியவர்களின் உடல்கள் பெற்றிருந்தன. சில நாட்களில், குறிப்பாக, 'சுவ்வே மீனை' உண்டநாட்களில் நேரம்நீள, முட்டிவலிக்கக் கட்டுப்படுத்தவியலாமல் பிட்டம் சமநிலைக்குச்சென்று தரைப்படும். மேலே எழுந்து சிலநொடிகள்

காலைநீட்டி அமர்ந்தாலொழிய இந்தநிலை இயல்புக்குத் திரும்பாது. ஆனால், விடிய ஆரம்பித்திருந்தாலோ, அருகில் மலம் கழிக்க வந்தவர்கள் அமர்ந்திருந்தாலோ அதற்கும் வழி யின்றிபோகும்.

வலியுடனேயே காலை மாற்றி மாற்றிச் சாய்த்து, சாய்ந்து அமர்ந்து ஆசுவாசப்படுத்திக் கொள்வதைத்தவிர வேறு வழி யில்லை. கொக்கென்று அமரும் இந்த இரட்டைக்கால் தவத்தின் நிறைவில் முட்டி ஜவ்விலும், மேல் முட்டிக் குழும்பிலும் பெருமிநிற்கும் வலியும், அவ்வலியுடன் தத்தி நடக்கும் நடையும் இனம்புரியாத சுகம். அது பனியில் அலைந்த கால்களுக்கு வெந்நீர் ஊற்றியதுபோல.

மலம்கழிக்க எவ்விதமான பிரச்சினையும் இல்லாத அந்தச் சீகைமரச் சோலையில் ஒரு பெரும் பிரச்சினை இருந்தது. வாரத்தில் திங்கள் மற்றும் வெள்ளிக்கிழமையன்று வீட்டின் புனித இடமான, பால்பொருட்களை வைக்கின்ற ஆகோட்டின்* பணிகளை முடிப்பதற்குத் தயாராக, அதிகாலை அடர் இருட்டில் அந்தச் சோலைக்குள் மலம்கழிக்க செல்லநேரும்.

முதல்நாள் மாலையே, இருட்டியப்பிறகு மலம் கழித்திருந்தாலும் அதிகாலையில் எழுந்ததும் அவ்வுணர்வு சில வேளைகளில் தூண்டும். அதிலும், மாதிக்கு எழுந்ததும் சென்றாக வேண்டும். கழிக்காமல் சாணமிட்டு வீட்டை மெழுகுவதும், முற்றத்தை மெழுகுவதும் அவளுக்கு ஒவ்வாத உணர்வைத்தரும். சளியில் அடைத்துக்கொண்ட மூக்கின்வழி மூச்சுவிடுவதைப்போல மல உணர்வும், மன உணர்வும் அவ்வமயம் அவளை ஓயாமல் துரத்தும்.

மகன் எவ்வளவு சொன்னலும் அதைச் சிறிதும் சட்டைசெய்யாது அவள் அங்குதான் செல்வாள். 'இருட்டில் காட்டெருமை குறுக்கில் நின்றால்தான் உனக்குத் தெரியும்' எனும் மகனின் சபிப்பு பிரதிவாரம் தொடர்வதுதான். யார்யாரோ அறிவுரைக் கூறியும் அந்த ஆதி வழக்கினை அவ்வூரின் ஆதிக்கிழவிகள் விடுவதாய் இல்லை. 'காட்டெருமை வராது. அது வந்தாலும் நம்மை ஒன்றும் செய்யாது' எனும் அவர்களின் நம்பிக்கை இன்றுவரை பொய்த்ததில்லை. ஒருவேளை அது ஆதியின் ஆதிக்கிழவிகள் காட்டெருமைகளோடு ஆதியில் கொண்ட உடன்படிக்கையாகக்கூட இருக்கலாம்.

* பால்பொருட்களை வைக்கின்ற புனித இடம்

அவசர நாட்களில், அவசர அவசரமாக மலம் கழித்துவிட்டுக் குதத்தைத் துடைக்க இருட்டில் சிக்கும் தரையிலை சில நேரங்களில் துரசு* இலையாக இருப்பதுமுண்டு. மூக்கின் அருகில் கூர்ந்து முகர்ந்தாலொழிய வாசம் அறியவியலாத அவ்விலை அரிக்கும் இயல்பு வாய்ந்தது. அதைக்கொண்டு தெரியாமல் குதத்தைத் துடைக்கநேரின் அது பெருந்தொல்லை. பிறகு, எவ்வளவு கழுவினாலும், ஏன் பனியில் குளிர்ந்த 'தாட்டமொக்கெ' ஆற்று நீரில் கழுவினாலும் அதன் அரிப்பு நீங்காது. குளிரில் கட்டிய ஆமணக்கு எண்ணையைப் பூசினால்கூட அதன் பலன் சில நிமிடங்களுக்குத்தான். பிறகு, உடனே அதன் தீவிரம் பற்றிக்கொள்ளும். அடுத்தநாள்வரையிலும் குதத்திலிருந்து கையை எடுக்கமுடியாதபடி அரித்துத்தள்ளும். அதன் வேதனை கொடியது. சில வேளைகளில் பொறுக்கவியலாது, பொது இடமென்றும்பாராது குதத்தை ஆழமாகத் தீண்டுமளவிற்கு அது மானத்தைக் கெடுத்துவிடும்.

குதத்தைத் தீண்டி தீண்டி உட்புறம் படியும் அழுக்கு, சில வேளைகளில் ஓர விளிம்பில் கசிந்துபோன இரத்தத்துடன் பின்புறம் படிந்துநிற்கும். ஆளற்ற பக்கமாய்த் திரும்பி குதத்தைத் தீண்டி, நொடிநேர ஆறுதல் அடையும் இந்த அத்தியாயம் மாதத்தில் குறைந்தது ஒருமுறையாவது அரங்கேறிவிடும்.

தரைச்செடியைத்தவிர வேறு எச்செடியையும் பறிக்கக்கூடாது என்பது அவர்களின் மரபு. வெளிச்ச நாட்களில் முன்கூட்டியே, உகந்த தரைச்செடிகள் உள்ள இடத்தைத் தெரிவுசெய்தாலும், எவ்வளவோ கவனங்கொண்டாலும், அது எப்படியும் தவறி விடுவதுண்டு. துடைத்துச் சில நொடிகள் கழித்து லோசக ஆரம்பிக்கும் அரிப்பால், ஒருவேளை தான் துடைத்தது 'துரசெச்' செடியா? என்பதைச் சோதிக்க, துடைத்த இலையை அந்த அதிகாலை இருட்டில் எவ்வளவு கூர்ந்து பார்த்தும் கணிக்கவியலாது, வாசத்தைக்கொண்டு அறிய எண்ணி முகர்ந்துபார்க்கும்போது, ஒருவேளை அது 'துரசெச்' செடியாக இருந்தால் மலத்துடன் கலந்த அதன் வாசம் நாசியேறி பலமணிநேரம் நாசியில் கறுவி நிற்கும். தொண்டையைக் கரகரக்கச் செய்யும். தொண்டைநீரை செருமி செருமி விழுங்கி நிவர்த்தியை நாடும்.

---

* அரிக்கும் தன்மை கொண்ட ஒருவகை இலை

குதத்தை அரிந்து அரிந்து, தீண்டி தீண்டி, அதன் ஓரம் பிளந்து அகட்டி நடப்பதைக்கண்டு,

"ஏய் மாதி! 'அவிரியிலே' நல்லா நீரக்காச்சி, அதுலே ரெண்டுபடி மிளகுப்பொடிய போட்டு, நல்லா கலந்து, சூடு ஆற்றதுக்கு முன்னே கொஞ்சநேர அதுலே உக்காந்துக்கோ.. உடனே சரியாகியிடும் போ."

என்று தன் ஏந்துபல்லை இளித்துக்கொண்டே கேலிசெய்யும் மேல்கேரி மல்லய்யாவின் கிண்டலைக் கேட்காதவர்கள் அவ்வூரில் எவரும் இல்லை எனலாம். இந்த இலையால் ஏற்பட்ட பாதிப்பிலிருந்து வெளியேறுவதைக் காட்டிலும் மல்லனின் கண்ணில் படாமல் எப்படித் தப்பிப்பது என்பதே இதனால் பாதித்த பலரின் பெருங்கவலை.

மாதியை விடாமல் சூழும் இந்த நினைவுமீன்களும் அக்கழிவறையெங்கும் சூழ்ந்திருந்த மீன்களோடுச் சேர்ந்தலைந்தன.

3

மலத்தைக் கழிக்கும் அகச்சூழலும் புறச்சூழலும் மாதிக்கு அப்போது முற்றிலும் இல்லை. சமவெளியின் வெக்கை அவளின் முகமெங்கும் கார்ப்பை விளைத்திருந்தது. இதில், இக்கழிவறைவேறு அவளுக்கு முதல்முறை. தொடர்ந்து முயன்றுப் பார்த்தாள். முடியவில்லை. முடிவுமில்லை. மீண்டும் அவளின் பார்வை சுவ்வே மீனின் பக்கம் சென்றது. 'அம்மீனை உண்டால் மட்டுமல்ல, கண்ணால் அதன் படத்தைப் பார்த்தால்கூட மலம்கழியாதோ' என்ற எண்ணமெழ அவளின் இதழை மீண்டும் சிரிப்புக் கொண்டிருந்தது.

"ஏய் முதுக்கி... என்னவாச்சு...

இவ்வளவுநேரமா என்ன பன்னுறா...

ஒன்னும் பிரச்சினையில்லையே..."

என்ற பேத்தியின் கேள்விகளுக்கு "இல்லை... இல்லை.." என்றவாறு, இறுதியாக, அவள் சொல்லித்தந்தவாறு ஃபிளாசை அழுத்தினாள். மேலெழுந்து குலுங்கி, உள்ளே சுழன்ற நீரின் ஒலியும், சுழலும் அவளுக்குத் 'தாட்டமொக்கெ' ஆற்றில் பாறை யிலிருந்து கீழே வழிந்தோடும் நீரின் நினைவை எழுப்பியது. வயிற்றைத் தடவிப் பார்த்தாள். பெருத்திருந்தது. இத்தகு

வேளையில் என்றும் நினைத்துக் கொள்வதைப்போல 'எல்லாம் மலம் கழித்தால் சரியாகிவிடும்' என்று, எண்ணத்தின்வழி தனக்குத்தானே சமாதானம் கூறிக்கொண்டாள். இது சரிப்பட்டுவராது. அடுத்தமுறை நிச்சயம் தரையில் அமர்ந்துவிட வேண்டியதுதான் எனும் முடிவுக்கு வந்திருந்தாள்.

"ஹெத்தெ... ஹெத்தெ... இன்னிக்கு என்னக்குழம்பு தெரியுமா? கண்டுப்பிடி பாக்கலாம்..."

"தெரியலெயேடி 'முதுக்கி'..."

"தெரியலெயா... கண்டுப்பிடி... நல்லா மோந்து பாரு..."

"சளியிலே மூக்கு அடைச்சிருக்கு... வாசம் தெரியலே... நீயே சொல்லேன்..."

"சரி... காத கொடு... மீனு... மினுக்குழம்பு... நல்லா சாப்புடு..."

என்ற பேத்தியின் வார்த்தை மாதிக்கு மீண்டும் சுவ்வே மீனின் நினைவைக் கிளறியது. உடனே, அவள் குழம்புச்சட்டியைத் திறந்து பார்த்தாள். 'அப்பாடா... இது அதுவல்ல... வேறுமீன்...' கொத்தமல்லி தூவிய அதன் மணமும் நிறமும் அவளின் நாவைத் துருத்தின. வாழ்வில் முதல்முறையாக இத்தகு மீனை உண்பதற்குமுன்னமே பெருமிநிற்கும் தன் வயிற்றின்நிலை அவளைச் சற்று யோசிக்கவைத்தது. ஏன், சற்று கவலைக்கொள்ளவும் செய்தது.

"ஹெத்தெ சீக்கிரம் உக்காருங்க... சாப்புடலாம்..." என்று எக்கி நின்று தன் தோள்களை அழுத்தி, டைனிங் டேபிளில் அமரவைத்த பேத்தியின் கன்னங்களைத் தொட்டு முத்தமிட்டாள்.

"ஹேய் 'முதுக்கி' கொஞ்சோ போகட்டுமே... ஒடம்பு சூடாயிருச்சு... கொஞ்சோ நல்லா வயிறு பசிக்கட்டுமே... அதோ அந்தக் கீரைய எடு..."

என்றவள், அவளே சென்று அதை எடுத்து ஆயத் தொடங்கினாள்.

ஊரில், வீட்டின் முற்றத்தில் விளைந்திருந்த அந்த மெத்தை* கீரையில் உரமாகத் தூவப்பட்ட அடுப்புச் சாம்பல் படிந்திருந்தது. கீரையின் ஓரத் தழைகளை அகற்றி ஆய்ந்தாள். கழுவ எழுந்தாள்.

---

* வெந்தையக் கீரை

"ஹெத்தெ வெட்டிட்டு கழுவலாமே..."

"இல்லே கழுவுனப்புரதானே வெட்டனும்.."

"சரி... தாங்க. நான் கழுவித்தாரே..."

"இல்லே... இல்லே.. எனக்கென்ன வேலே... நானே கழுவிக்கிறே..."

"சரி... சரி.. உன்னத் திருத்த முடியாது... எல்லா வேலையையு நீதா செய்வேனு அடம்புடிப்பே... அது உன் பொறப்பு...

நம்மள நக்குற எருமெய நாம நக்கமுடியுமா என்ன?"

உரையாடல் வலுத்துக் கொண்டிருந்தது.

"அம்மா... அம்மா..." என்று யாரோ அழைக்கும் சப்தம். இடையிடையே மணியொலி வேறு.

"அம்மா.. அம்மா... குப்பெ அக்கா..."

என்றவாறு, தனக்கென வைத்திருக்கும் சிறு குப்பைத் தொட்டியை எடுத்துக்கொண்டு விரைந்தாள் தேவியின் மகள்.

"ஏய்.... பாத்து.. பாத்து.. கால் வழுக்கிடும்..." என்றவாறு தொற்றிய சிறு பதற்றத்துடன் உணவு மேசையின்மீது ஆய்ந்திருந்த கீரைப்பகுதிகளை முறத்தில் எடுத்துக் குப்பைத் தொட்டியில் கொட்டப்போனாள் தேவி.

"ஏய்... மிடுக்கி இதையே குப்பைத் தொட்டியிலே போடுறே.... பக்கத்துல மாடுங்க இல்லையா... ஐயோ.. பாவமா இல்லே" என்றாள் மாதி.

"மாடா... இங்கே அதெல்லா இல்லே...

இன்னு ரெண்டுநாளுக்கு அப்புறம்தா குப்பைக்காரி வருவா"

என்றவள், நேற்று மீந்துபோன உணவையெல்லாம் நெகிழிப்பைக்குள் அவசர அவசரமாகக் கொட்டிக் கொண்டிருந்தாள்.

"ஏய் இதையாவது காக்காவுக்கோ, நாய்க்கோ போடலாந்தானே..."

என்ற மாதியை மேலுமொருமுறை முறைத்துப்பார்த்தாள் அவள். அவளின் கண்களுக்குள் இரண்டு சுவ்வே மீன்கள் தவழ்ந்து கொண்டிருந்தன.

4

"அம்மா... அம்மா... சீக்கிரமா...

அடுத்த தெருவுலே எல்லோரு வேலைக்குக் கிளம்பிடுவாங்க...

குப்பையவேற தெருவிலேயே வச்சிட்டு போயிடுவாங்க...

அத பிச்சிப் போடறதுக்குன்னே சில நாயிங்க அலையுதுங்க...

தெருமுழுக்க குப்பைய பெறுக்குற நெலமெ வந்துடும்...

கொஞ்ச சீக்கீரமா..."

குப்பைக்காரியின் அவசரம் வார்த்தைகளால் கொட்டிக்கொண்டிருந்தது. நேற்று கடைக்காரர் அண்ணாச்சி செல்லாது என்று கொடுத்த, கிழிந்தொட்டிய இருபது ரூபாய் நோட்டினை மடக்கி இடது கையில் எடுத்துக்கொண்டாள் தேவி. மக்கும், மக்காத குப்பைகளைப் பிரிக்காத நாட்களில் இதுதான் வரையறுக்கப்பட்ட சிறந்தவழி என்பது அங்குள்ள அனைவருக்கும் பழகிப் புளித்துப்போன ஒன்று. இந்த ரூபாய்த்தாள் மக்கும் குப்பையா? மக்காத குப்பையா? எனும் குழப்பம் குப்பைக்காரிக்குப் பலவேளைகளில் வருவதுண்டு. அதெல்லாம் இல்லை. இது எக்குப்பையானலும் மக்கவைக்கும் குப்பை என்பதே அங்கிருந்தவர்களின் மனமொப்பிய துணிவு.

குப்பைத்தொட்டியில் இட்டிருந்த கருப்புநிறக் குப்பைப் பை முழுதும் நிறைந்துபோக, மற்றொரு புதியப் பையை எடுத்து அதில் பகுதியளவு குப்பையை நிரப்பினாள் தேவி. பெரும்பாலும் உண்ணாது மீந்தவைகளே அவ்வீட்டின் பெருங்குப்பையாய் நிரம்பும். இதிலெல்லாம் சிக்கனங்கொள்ளாத தேவியின் கணவன் இந்தக் குப்பைக் காகிதத்தில்மட்டும் தன் சிக்கனக் கொள்கையை நிரப்பி வழிப்பான்.

"குப்பை வண்டி வர்ரதே மாசத்துலே பதினஞ்சு நாளு. அதிலே எப்படி முப்பது பேப்பர் இருக்குற குப்பே பேக்கெட் தீந்துபோகும்?"

என்று அவன் கேட்காத மாதமில்லை எனலாம். அதிலும், ஏதேனும் அலுவலக, பொருளாதார அழுத்தங்களில் உழன்றிருப்பின் அவனின் விகாரம் குப்பைப்பையில்கூட அடங்காதது. அதிலிருந்து இரண்டு மூன்று நாட்களுக்கு வீட்டின் குப்பைகள் கொசுகளுக்குத் தீனியாகும். கூட்டப்படாமல் ஆங்காங்கே கிடக்கும்.

இந்தக் குப்பைக் கோபங்களுக்கான ஒத்திகையைக் கூடுதலாகக் குப்பைக் காகிதத்தை எடுக்கும் ஒவ்வொருமுறையும் தேவி நினைவில் ஓட்டத் தவறுவதில்லை. மனதில் நீண்ட ஒத்திகையோடே நிரப்பிய குப்பையைச் சுமந்து சென்றாளவள்.

“ஏய் பொன்னி... எவ்வளவுநேரந்தா கால்கடுக்க வெளியே காத்திருக்கிறது...”

சில கனத்த குரல்கள் அடுத்தத் தெருவில் ஓங்கின.

“ஐய்யய்யோ, தேவி அம்மா... கவுன்சிலர் பொண்டாட்டி கூப்புடுறாங்க...

ஏ வேலேக்கே ஒலெ வச்சிடுவீங்க போலியே...”

“ஒரு நிமிஷம் அக்கா... இப்ப வந்துடறே...”

இரு கைகளிலும் அழுத்தி நிரப்பிய குப்பைக் காகிதத்தை ஏந்திக்கொண்டு அவசர அவசரமாக நகர்ந்தாள் தேவி. வலது கையில் ஏந்திய குப்பைப் பை கனத்தில் கிழிய ஆரம்பித்தது. மேலே திணிக்கப்பட்டிருந்த ஆய்ந்த கீரைப்பகுதிகள் கீழே சிந்தின. “ஔவெ” என்றவாறு, அக்குப்பைப் பை முழுதும் கிழிவதற்குள்ளாக வேகமாகக் கொண்டுசென்று போட்டுவிடவேண்டுமென்ற அவசரத்தில், நழுவி விரல் விளிம்பிற்கு வந்துவிட்ட குப்பைப் பையை உதட்டைக் கடித்துக்கொண்டு நுனிவிரல்களால் இறுக்கிப் பிடித்தாள். குப்பைப் பையில் இட்ட அழுகிய பூசணி அதன் கனத்தைக்கூட்ட, தனது முன்னங்காலை முட்டுக்கொடுத்தப்படியே ஒருவேளையாகக் குப்பை வண்டியை அடைந்தாள்.

“அய்யோ, அம்மா... எனக்கு ரெட்டே வேல வைக்கிறீங்களே...

போங்கம்மா... நீங்க எப்பவுமே இதே மாதிரித்தா..

நாளையிலிருந்து மொதலெ அங்கே போயிட்டு அப்புறமா இங்கே வந்துறபோறே..

அவங்க பேச்ச கேட்கமுடியலே..

வேலையு செஞ்சு திட்டு வாங்குனும்னு தலெவிதி...”

என்றையும்போல புலம்பிக்கொண்டே வீட்டின் வாசலிலிருந்து சிதறிவிழுந்திருந்த குப்பைகளைக் கையில் அள்ளி

எடுத்தாள் பொன்னி. குழந்தைக்குப் போட்டிருந்த டயாப்பர் ஒன்று கீழே விழுந்திருந்தது.

"அம்மா... நா எத்தன மொறெதா சொல்லுறது...

இதையெல்லா தனியா கொடுக்கனும்னு தெரியாதா?...

இருக்குற வேலே பத்தாதுனு இது வேறேயா?...

இத நான்தா தனிய பிரிச்சி எரிக்கனும்.. நெருப்பு சுத்தமா அணையறவரைக்கு குப்பைக்குழியிலே காத்திருக்கனும்..

ஒருவேளே, அந்தச் சூப்பர்வைசர் கண்ணுலபட்டா அவ்வளவுதா... இதவிட ரெண்டுமடங்கு வாங்கிகட்டனும்..

போங்கம்மா... அடுத்தவாட்டி இப்படிக் கொடுத்த நா சத்தியமா வாங்கமாட்டே பாத்துகோங்க..."

என்று பொன்னி வெகுண்டு பேசி முடிப்பதற்குள்ளாகவே அவள் கையில் திணிக்கப்பட்ட இருபது ரூபாய் அவளின் கோபத்தை, ஆதங்கத்தைக் குறைக்கவில்லை. தேவியை நோக்கிய அவளின் நிலைக்குத்திய பார்வையே அதன் போதாமையை அறைகூவியது.

"ஐம்பது ரூவா இல்லாம நா பிரிக்காத குப்பைய தொடமாட்டே" என்ற இரண்டாவது வார்ட்டில் குப்பை வாங்கும் தன் மதினி கூறிய வார்த்தை அவளின் நாவரை எழுந்தது. உச்சிவெயிலில் நெற்றியில் கழிந்திருந்த வியர்வை முகமோடி தரையில் சொட்டியது. பொன்னியின் நோக்கம் புரிந்திருந்தும் சூழலை விலக்கி மறுபக்கம் தன் பார்வையை மாற்றினாள் தேவி.

'குப்பை வாங்குபவர்கள் பணம்கேட்டால் புகார் அளிக்கவேண்டிய எண் --- 04222---04222' என்று எழுதப்பட்ட பலகை தேவியின் வீட்டிற்கு எதிரிலுள்ள வேப்பமரத்தில் அறையப்பட்டிருந்தது. அதனோடு பொன்னியின் எதிர்பார்ப்பும்தான்.

"அக்கா அடுத்தமொறெ இன்னும் பாத்துக்கலாம்... ஊரிலிருந்து பாட்டி வந்திருக்காங்க... அந்த அவசரத்துல எதுவுமே ஓடலே... கோச்சிக்காதிங்க..."

என்றாள் தேவி. இந்த வார்த்தைகளுக்குப்பின் லேசாக மிகுந்திருக்கும் திமிரை பொன்னி என்றும் சோதித்ததில்லை. அதுசார்ந்த அனுபவம் அவளுக்கு அதிகம். குப்பையை

இடும்வரைதான் பொன்னி அக்கா. இட்டப்பின் வெறும் குப்பைக்காரிதான்.

குப்பைக்காரிக்குக் கிடைக்கும் மரியாதை அவளுக்கு நன்குதெரியும். கோபமாகப் பேசக்கூட அவ்வீட்டில் குப்பை நிறையும்வரை காத்திருக்க வேண்டும். இந்த மதிப்புப் போராட்டத்தின் நாற்றமோ குப்பை நாற்றத்தையே மிஞ்சியது.

வீட்டிற்குள்ளே விழுந்து சிதறிய கீரைப்பகுதிகளை அள்ளிக்கொண்டு வெளியேவந்தாள் மாதி. அவளின் முகத்தில் எழுந்த புன்னகைக்கு மறுபுன்னகை எழுப்பக்கூட வழியின்றி கவுன்சிலர் மனைவியின் கூக்குரல் ஓங்கியது. மரியாதைக்காக, இறுகியமுகத்துடன் தலையசைத்துவிட்டு கடந்தாள் அவள்.

"ஏய்.. அக்கா.. ஒரு நிமிஷம்.. இந்தாங்க..."

என்று, மாதி கையில் கொண்டுவந்திருந்த கீரைக்கழிவினை வாங்கி, ஓடிச்சென்று வண்டியில் போட்டாள் தேவி.

என்றும் குப்பை மீந்துபோவது தேவிக்குப் பிடிக்காதவொன்று. தன் மகளுக்கு ஒழுக்கம் கற்பிக்க இப்படியொரு பிம்பம் அவளுக்குத் தேவைப்பட்டது. வெளியில் தெரியும் குப்பைகளுக்கு மட்டுமே இந்த உடையாத பிம்பம் நீண்டது.

குப்பைகள் நிரம்பிவழிந்த குப்பை வண்டியில் அவளிட்ட கீரைக்கழிவு சரிந்து விழுந்தது. பொன்னி சலித்துக்கொண்டே நகர்ந்தாள். இம்முறையும் கேட்கப்படாமல் நகர்ந்த அந்த ஐம்பது ரூபாய், 'சுத்தமாப் பொழைக்கத் தெரியாதவ' எனும் தன் மதினியின் வார்த்தை ஆகியவை அவளின் இயலாமையை அகழ்ந்து கொண்டிருந்தன.

5

இரண்டாம் எண் தெருவிலிருந்து தனது வாடிக்கையான இந்த நேரத்தில் அந்தச் செவலைமாடு வெளியே வந்துகொண்டிருந்தது.

குப்பை வண்டியின் மணியொலியைக் கேட்டதும் அதைநோக்கிவரும் இந்த மாடால் என்றுமே பொன்னிக்குப் பெரும் பிரச்சினை. குவித்துவைத்திருந்த குப்பையையெல்லாம் தரையில் இழுத்துப்போட்டு பொன்னியின் வேலையை அது பன்மடங்காக்கும். இதை விரட்டுவதற்காகவே அவள் குப்பை வண்டியில் கனமான பிரம்பொன்றினை வைத்திருந்தாள். அது

பக்கவாதத்தால் இடப்பக்கம் விழுந்துபோன கண்ணாடித் தாத்தாவின் கைத்தடி. அத்தெருவே அவரைக் கண்ணாடித் தாத்தா என்றுதான் அழைப்பதுண்டு. பக்கவாதத்தால் வருமானம் விழுந்தபிறகு பெறுமானமின்றி மக்களால் கைவிடப்பட்ட அவரை, அவரைவிட பத்து வயது மூத்த அவரின் சகோதரி உடன்பிறந்தவனென்ற தொட்டக்குறைக்காகக் கவனித்துக் கொண்டாள்.

காலை மலஜல சேவைக்குப்பிறகு வீட்டுத் திண்ணையில் அமரவைத்துவிட்டு, காலையில் மீந்துபோன உணவை மதியத்திற்கென அருகில் கிண்ணத்தில் எடுத்துவைத்துவிட்டு அவள் வேலைக்குக் கிளம்பிவிடுவாள். சுருங்கிய கண்களை மேலும் மேலும் இடுக்கி, அணிந்திருக்கும் பெரிய சோடப்புட்டி கண்ணாடியின்வழி தன் புறக்கணிப்பை அசைபோடுவதே கண்ணாடித் தாத்தாவின் வாடிக்கை. முதல் மற்றும் இரண்டாம் எண் தெருக்கள் இணையும் முடுக்கில் அமைந்திருந்த தன் வீட்டிலிருந்து ஓயாமல் தெருவைக் கவனிக்கும் அவர் குப்பை வண்டியை நெருங்கும் அந்தச் செவலைமாட்டினை விரட்ட, வெள்ளியங்கிரி மலையேறி கொண்டுவந்த கனத்த தன் கைத்தடியால் தரையை முடிந்தவரை வேகமாக அடித்துப் பொன்னியின் போராட்டத்தில் பங்கேற்கத் தவறியதில்லை. அவர் இறந்தபிறகு அவரின் கிழிந்த பாயோடும், எச்சிலொழுகி பூசம்படிந்த தலையணையோடும் குப்பையில் போடப்பட்டிருந்த இத்தடியை அவள் பத்திரப்படுத்தியிருந்தாள். பொன்னிக்கு உதவியாய் கண்ணாடித்தாத்தா தரையில் அடித்து அடித்துப் பிய்த்துப்போன அக்குச்சியின் அடிவிளிம்பில் புறக்கணிப்பின் சுவடுகள் எஞ்சியிருந்தன.

எவ்வளவு அடித்தாலும் சிறிதும் சொரணையின்றி, நின்ற இடத்திலிருந்து துளியும் நகராத அம்மாடு பொன்னிக்குப் பெரும் தலைவலி. அது தன்னை நெருங்குவதற்கு முன்னமே தெருவைக் கடந்துவிட வேண்டுமென்ற அவளின் முனைப்பு ஒருநாளும் கைக்கூடியதில்லை. அத்தெருவின் பத்து வீட்டுக் குப்பைகளும் ஆடி அசைந்து வருவதற்குள்ளாகவே கழுத்தோடு முன்காலை இணைத்துக் கட்டப்பட்ட அந்த மாடு தத்தி தத்தி குப்பை வண்டியை நெருங்கிவிடும். நெடுநாளாய் மாற்றப்படாத அதன் அழுக்குக் கயிறும், அக்கயிறு அரித்துச் சதைப்பிய்த்துத் தொங்கும் எலும்பு தெரியும் கால்களும் மனதின் அழுக்கு மண்டிய மனிதர்களின் புனையா ஓவியமாகி வலுக்க, அதை

மொய்த்திருந்த ஈக்கள் மென்மேலும் அவ்வழுக்கிற்கு அழுக்குப் பூசிக்கொண்டிருந்தன.

அந்தமாடு நெருங்கிவர, கையில் அணிந்திருந்த அழுக்குக் கையுறையில், பலமுறை அவ்வழுக்குக் கையுறைப்பட்டு அழுக்கான அந்தக் கோலைப்பற்றி துரத்த ஆரம்பித்தாள். அதுவோ, திமிரி முன்னேறி குப்பைவண்டியின் மேல்புறமிருந்த கீரைக்கழிவுகளை நுனிமேய்ந்தது. துரத்தி அலுத்துப் பயமற்றுப்போக அதன் கொம்புகளைப் பிடித்து முடுக்கினாள். கோபத்தோடு முதுகில் இரண்டு அடி அடித்தாள். அதையெல்லாம் சிறிதும் சட்டைசெய்யாது அதுதன் வேலையைச் செய்துக்கொண்டிருந்தது. அவளோடு அவ்வளவு அன்யோன்யமாய் அணுகும் ஒரேஜீவன் அதுவாகதான் இருந்தது.

குப்பைவண்டியின் மேல் இருந்த கட்டப்படாத பெரிய சாக்குப்பைக்குள் தன் விழிவறை முகம் நுழைத்திருந்த அதன் வாயில் அடுத்தடுத்து டயாப்பர்களே சிக்கியது. தன் பாலைக் குடித்துவழித்த மனித அழுக்கின் நாற்றம் அதன் மூக்கினைக் குடைந்தெடுத்தது. லேசில் நகராத அது தன் மூக்கைப் புடைத்துக்கொண்டு கடந்து சென்றது. இது ஒருவகையில் அக்குப்பைக்காரியின் தந்திரமும்கூட. அலுப்பின்றி அதை விரட்டும் இந்தச் சூட்சுமத்தைச் சில நாட்களுக்கு முன்புதான் அவள் கண்டறிந்திருந்தாள்.

அச்செவலை மாட்டின் இன்றைய காலச்சக்கரம் சுழன்றுகொண்டிருந்தது. என்றைக்கும் அத்தெருவில் நிற்காமல் நகர்ந்துசெல்லும் அது அன்று தேவியின் வீட்டின்முன்னே சிதறியிருந்த கீரைக்கழிவுகளை வெள்ளைப் படிந்த தன் நாவால் நக்கி உண்டது. என்றோ உண்ட, அதிசயமாய் கிடைக்கும் கிராமத்துச் சுவை. அதன் ஆதி வாழ்வின் எச்சம். தன் மூச்சுக்காற்றுப்பட்டு அங்கிங்கும் சிதறிய கீரைக்கழிவுகளையும் விடாமல் அலைந்துண்டது. கண்ணிடுக்கில் கழிந்திருந்த பீளையும், அதற்குச் சற்றுக்கீழே படிந்துநின்ற அழுகிய தக்காளிச்சாறும், அதன் கொம்பில் ஏறியிருந்த டயாப்பர் துண்டும் அதற்கு நகரத்தின் தோல்போர்த்தியிருந்தது.

தன் வாழ்நாளில் மாட்டின் கழுத்தில் கயிற்றையே காணாத, ஏன், இத்தகு எண்ணத்தைக்கூட அறியாத, பெரும் எருமை மந்தைகளைக் கட்டிக்காத்த மாதியோ கழுத்தோடு கால்கள் கட்டப்பட்டு, வாயில் எச்சில் ஒழுக, தத்தி தத்தி நடந்துவரும்

அம்மாட்டினை முதல்முறையாகக் கண்டதும் கண் கலங்கினாள். கயிறு அரித்து கிழிந்து தொங்கிய அதன் கால் சதையில் பளிங்கு கழிவறையின் 'சுவ்வே மீனு' ஓடிக்கொண்டிருந்தது.

'அடடே அந்தக் கீரைக்கழிவினை இதற்காவது போட்டிருக்கலமே' என்று எண்ணி, வருந்தி உச்சுக்கொட்டிய மாதியைத் தூக்க இயலாத தன்கழுத்தை முயன்று தூக்கி, அழுந்திய கயிறு மேலேற, வலுத்த வலியைச் சகித்துக்கொண்டு நோக்கியது.

அது மாதியின் கனிவு வழியும் கண்களைக் கூர்ந்து நோக்கியவாறே "அம்மா... அம்மா... அம்மா..." என்று மும்முறைக் கத்தியது.

அதன் இந்தப் புதுநடத்தை அங்குள்ள பலபேருக்கு விசித்திரமாய்ப்பட்டது. கல்லெறிந்தாலாவது இம்மாடு கத்துமா? என்று முயன்று பார்த்தவர்களும் அத்தெருவில் உண்டு. பலமுறை கல்லெறிந்து முயன்றும் சலித்துப்போய் அது ஊமையென்று முடிவுக்கு வந்தவர்களுமுண்டு. அதில் தேவியின் வீட்டின் மேல்மாடியில் வசிக்கும் அவ்வீட்டின் சொந்தக்காரரும் ஒருவர். அனைவரும் வியப்புத் தாளாது அதைப் பார்த்தனர். அது மென்மேலும் மாதியை நோக்கி கத்திக்கொண்டே நகர்ந்தது. அதன் வயிறும் மாதியைப்போலவே உப்பியிருந்தது.

"ஹெத்தெ... சாப்பிடவாங்க.. நேரமாச்சு.." என்று சோற்றுத் தட்டினை நீட்டினாள் தேவி. அதில், வெள்ளைச் சோற்றினை ஒருபக்கமாக ஒதுக்கி, மறுபுறத்தில் இடப்பட்டிருந்த இரண்டு மீன்துண்டுகள் மணந்தன.

வீட்டின் முன்னே வெயில்காயப் போட்டிருந்த நாற்காலியில் அமர்ந்துகொண்டே சோற்றைப் பிசைந்தாள் மாதி. அவளின் கையெல்லாம் வெதுவெதுப்பான சூடோடு, கயிறறுத்துத் தொங்கிய அச்செவலை மாட்டின் கால் சதையும் அந்தச் சுவ்வே மீனும்.

பதிவுகள், நவம்பர், 2022

பெரணா

1

அன்று மொட்டை அக்கா வீட்டின் முன்ஜன்னலை உடைத்தபோது முகத்தில் அறைந்த, குடலைப் பிரட்டும் பிணநாற்றம் செள்ளியைப் பீடித்திருந்தது. அடிவயிற்றைப் பிடித்துக்கொண்டு முற்றத்தின் மூலையில் முழங்காலிட்டு வாந்தியெடுத்த நினைவு அவளின் தலைக்கேறியிருந்தது. வாயை அகலத்திறந்து, நாக்கை நீட்டி நீட்டி, காற்றை இழுத்து இழுத்து மேற்கொண்ட பகீரத முயற்சிக்கெல்லாம் சிக்காது, பிரட்டலாக அடிவயிற்றிலேயே நின்றெரிந்த அந்த நாளைவிட இந்தநாள் அதிகமாகக் கனத்தது.

அன்று, மூக்கைத் துவாலையால்* கட்டிக்கொண்டு, ஜன்னல்வழியே உள்ளிறங்கி கதவின் தாழ்ப்பாள் அகற்றப்பட்டதும் எழுந்த புளித்த பிணவாடை அங்கிருந்த எவரையும் முகம் சுளிக்கவைக்காமல் விடவில்லை. உள்ளே மொட்டை அக்காவிற்கு என்ன நிகழ்ந்தது என்பதை இந்த மரணித்த நாற்றமே அறைகூவியது. யாரும் உள்ளே நுழையும் முன்னமே ஆங்காங்கே தொடக்கிய ஒப்பாரிக்காரர்களையும் விட்டுவைக்கவில்லை இந்த நாற்றத்தின் சுளிப்பு.

பல நாட்களாய் மூடியிருந்த அவ்வீட்டிலிருந்து எழுந்த நாற்றம் முப்புறமெரித்த நெற்றிக்கண்ணாய் எவரையும் அணுகவிடாது தாண்டவமாடியது. உள்ளே என்ன நிகழ்ந்தது என்பதை அறியும் ஆர்வத்தையும், மொட்டை அக்காவின்மீதான அக்கறையையும் தகர்த்துக்கொண்டிருந்த அந்த நாற்றத்தைத்தாண்டி, மூக்கை மூடாமல், முகத்தில் சிறு சுளிப்புமின்றி, பதற்றத்துடன் முதலில்

* மென்மையான துண்டு

அவ்வீட்டிற்குள் நுழைந்த குப்பியின் முகம்தான் இன்று காற்றுப்புகாத நெகிழியால் மூடப்பட்டிருந்தது.

அந்தப் பழைய இரட்டையறை வீட்டின் எட்டாத உயரத்தில் அமைக்கப்பட்டிருந்த, கட்டையாலான மின்விளக்கின் பொத்தானை அழுத்துவதற்கு முன்பாகவே குப்பி மொட்டையை எட்டியிருந்தாள். அவளின் உடலைச் சூழ்ந்திருந்த ஈக்கள் கலைந்து ரீங்காரமிட, ஒன்றிரண்டு ஈக்கள் ஆழமாக இறங்கி மொய்த்திருந்த, புழுத்துப்போன அவளின் கண்களைத் தன் வலக்கரத்தால் மூடினாள். அடுப்படியில் அகன்று படுத்துக்கிடந்த அவளின் விலகிய ஆடையைச் சரிசெய்தாள். அவளைத் தாண்டிச்சென்று பின்கட்டு ஜன்னலைத் திறந்தாள். சடலத்தை தாண்டுவது மரபல்ல என்று அவளுக்கு நன்கு தெரியும். இருந்தும், நிலைப்பிற்கு மரபை மீறுவது தவறல்லவென்பது அவளின் எண்ணம். மொட்டையைவிட வயதில் மூத்திருந்தும் அவளைத் தாண்டியதற்காக அவளது காலில் விழுந்து வணங்கினாள். மரபு மீறல்களும் மனம் ஒப்பினால் பிரயாசித்தத்திற்கு உட்பட்டதுதானே.

"ஏய் செள்ளி, வீட்டிலிருக்குற தண்ணியெல்லாத்தையும் கொட்றதுக்கு முன்னே இவள கழுவிடலாதானே?"

"இல்லே... இல்லே.. வேணா...

எனக்கென்னமோ இந்த நாத்தத்த பாத்தா இவ முதுகெல்லா ஈபிளிக்கெ* ஆயிருக்குனு தோணுது...

தொட்டா, விரல் நொழையுனு நெனக்கிறே.. எப்படித் தூக்கி கழுவுறது...

துணிய விரிச்சு அவள தூக்கிக் கடத்துறதே பெரும்பாடுதா.. இதுலே, கழுவுறது கஷ்டந்தா..."

"ஏய்... பாரேன்... கழுவாம எப்படி?.... அதுக்குனு குண்டிலே ஒட்டியிருக்கிற பீயோடவா இந்த மகாராணிய அனுப்புறது... அய்யோ... இது பெரும்பாவமாச்சே..."

'அரெபெட்டு மலையிலிருந்து மொளெ ஜாமத்திலே, அந்தப் புலிக்காட்டிலே, ஒத்தையா ஓடோடிவந்து பால்கொடுத்து உம் மக்கள ஆளாக்குனெயே.. என் மொட்டே...

---

* அழுகலின் உச்சக்கட்டம்

உம் வீட்டத்தாண்டி தெருவெல்லா சாணம்போட்டு மெழுகிய சுத்தக்காரியே! உனக்கா இந்த நெலெ? எங்க சுத்தக்காரியே!'

என்று குப்பியிட்ட ஓலம் இன்றும் செள்ளியின் காதுகளை நிறைத்திருந்தது.

அன்று பலபேர் வலிந்து மறுத்தும், கேளாது, அந்தச் சுத்தக்காரியைச் சுத்தம் செய்து, அங்கம் குலையாது, அவளின் அடக்கம்வரை அர்த்தப்படுத்திய குப்பியின் அந்தக் கடைசிச்சந்திப்பு செள்ளியின் நினைவைத் தின்றுகொண்டிருந்தது.

மொட்டையின் உடலைக் கண்டதுமுதல் தான் கொண்ட கெண்டைக்கால் நடுக்கத்திற்கான காய்க்கல்* மருந்தையும் குப்பிதான் செள்ளிக்குத் தந்துபோயிருந்தாள். கண்ட கடும் ஜூரத்திலிருந்து மீண்டதும் குப்பியைக்காண சென்றிருந்த செள்ளிக்கு அங்கு நிகழ்ந்திருந்தது சற்றும் எதிர்பாராதவொன்று.

2

'குப்பி' என்றழைத்ததும் 'செள்ளி வா.. வா..' என்று முன்வந்து அழைக்கும் குப்பி அன்று அப்படியில்லை.

"செள்ளி, உள்ளெ வரவேணாம்... போயிடு... உடனே போயிடு" என்றாள்.

வீட்டிற்கு வருவது யாராக இருந்தாலும் வெறும் வயிற்றோடு அனுப்பக்கூடாது எனும் தம் முன்னோர்களின் மரபினைத் தவறாது பின்பற்றுபவள் குப்பி. வந்தவர்களோடு பேச்சுக் கொடுப்பதற்கு முன்பே விருந்தோம்பலுக்குரிய வெண்கலக்கோப்பை நிறைய மோருடன் முந்திநிற்கும் அவளின் வழக்கிலிருந்து இவ்வழக்கு செள்ளிக்கு விசித்திரமாய்ப்பட்டது.

"ஏய்.... பாரேன்....

என்ன ஆச்சு உனக்கு?"

கேட்காமல் உள்நுழைந்த செள்ளியைத் தடுத்தான் குப்பியின் இளையமகன் கல்லன்.

"ஔவெ... ஔவெ.. நில்லுங்க... உள்ள போகாதிங்க... அம்மாவுக்கு கொரனா..."

---

* மருத்துவக் குணம் கொண்ட கல்

என்றான். அதைக்கேட்டு முகத்தை "முண்டால்" மூடிக்கொண்டு மீண்டும் உரக்கச் சிரித்த குப்பியின் சிரிப்போடு செள்ளியின் சிரிப்பும் சேர்ந்திருந்தது.

"ஏய் பாரேன்... கொரோனாவா?...

அது என்ன கரோனா?

அது என்னவிட என்ன கரோனவா*"

என்று தன் கருப்பு நிறத்தைச் சுட்டிக்காட்டி, இன்னும் ஒருபல்லைக்கூட இழக்காத, தவறாது மொரந்தக்கோலினால்** அழுத்தித்தேய்து விளக்கிய, சற்று மஞ்சள்படிந்த தன் வெண்பற்கள் தெரிய சிரித்தாள் செள்ளி.

"சும்மா இரு.. மொதலெ என்ன விடு... " என்று எதையும் பொருட்படுத்தாமல் உள்ளே முன்னேறினாள்.

"பாட்டி நில்லுங்க... இப்படியெல்லா செய்யக்கூடாது... அது உனக்கும் பரவிடும்... தெரியாதா?... உங்க மாஸ்க் எங்கே?...

மாஸ்க் போடனும் பாட்டி... முதலே நீங்க உடனே இங்கிருந்து வெளியபோங்க..."

என்ற, வெள்ளை கையுறை அணிந்த மருத்துவச்சியின் வார்த்தைக்கு, அடங்காத கோபத்தோடு, சபிப்பதைப்போல அவளின் முகம்நோக்கி கையுயர்த்தி, பின்னகர்ந்து குப்பியை மருத்துவமனைக்கு வழியனுப்பிய நினைவு அவளைக் குடைந்தெடுத்தது.

"ஏய் செள்ளிக்கா.. அன்னிக்கு மொட்டையக்கா சாவுல குப்பியக்காவோடு நீங்களும்தானே இருந்தீங்க? உங்களுக்கு டெஸ்ட் எடுத்துப் பாக்குறது நல்லது. இன்னும் கொஞ்சநேரத்துலே ஊர்த்திடலுக்கு வந்துடுங்க... எல்லோருக்கும் டெஸ்ட் எடுக்க ஆளுங்க வர்ராங்க மறக்கமா வந்துடுனும்.."

என்ற மலக்கனின் வார்த்தையைக் காதில் வாங்காமல்,

"ஏய் நீ அந்தப்பக்க போ..."

---

* கருத்ததா

** பல்விளக்குவதற்குப் பயன்படுத்தும் மூலிகைக் கோல்

என்று அவனை விலக்கிக்கொண்டு, குப்பியை ஏற்றிச்சென்ற அந்த வெள்ளை வாகனத்தை வெறித்தப்படியே சற்றுதூரம் தள்ளாடி நடந்த தாளாதநட்பு தகித்துக்கொண்டிருந்தது.

3

“செள்ளி ஔவெ, மூனேநாளுதா... ‘ஔவெ’ வந்துருவாங்க” எனும் ஆறுதல் வார்த்தையை அவளுக்குப் பலமுறை சொல்லிச் சலித்திருந்தான் கல்லன். தகரத்தடுப்பால் அடைக்கப்பட்டு, கிருமிநாசினி பரப்பப்பட்ட குப்பியின் தெருக்குள் அடிக்கடிப் பதிந்த ஒரே வெளியாளின் பாதம் செள்ளியது மட்டுமே.

மூப்பால் உடல் ஒடுங்கி, இறுதி நிமிடங்களை எண்ணிக்கொண்டிருந்த மேல்கேரி போசனுக்கு, உயிரை உடலிலிருந்து கடத்தும் பெரண கடுசோது* நிகழ்வில், செள்ளி, பொன் பணத்தைப் போசனின் வாயிலிட்டுப் பாலுற்றிய சூழல் குப்பியின் அருமையை உரக்க உணர்த்தியது.

சிறிய பொன்துகளை வலதுகையில் எடுத்து, வெண்ணெயில் நனைத்து, வாயை இடக்கரத்தால் பக்குவமாய் வலியின்றி திறந்து, ‘ஹெத்தெ’ என்று தம் குலதெய்வத்தை அழைத்து, அதை வாயிலிட்டு, இறப்பவரின் உடல்நிறைக்கப் பாலுற்றி, மற்றவர்களையும் ஊற்றச்செய்து, நெஞ்சு மற்றும் முதுகுத்தண்டின் வழியே அங்கும் இங்கும் அலைந்தோடும் உயிரைப் பக்குவமாக வெளியேற்றும் ‘பெரண’ நிகழ்வை நிகழ்த்துவதில், குப்பிக்கு எவரும் நிகரில்லை.

“என்னானாலு குப்பிக்கா பெரண கடத்துர பக்குவமே தனிதான்” என்று எப்போதும் எழும் புகழ்ச்சொல் செள்ளிக்கும் பெருமிதத்தைக் கூட்டும். அன்றும் இச்சொல் எழாமலில்லை. ஒரே ஊரில் வசிக்கும் ஆகச்சிறந்த மருத்துவச்சிகள் இருவரிடையே லோசன பொறாமை இருப்பது இயல்பு. ஆனால், இவர்கள் விசித்திரமானவர்கள். பிறந்ததும் தாயை இழந்த செள்ளியும் அவளும் ஒரே பால்முலைகளைப் பகிர்ந்தவர்கள்.

போசனுக்குத் தொண்டைக்குழியில் நின்றுகொண்ட உயிர் வெளியேறும்வரை படாதபாடாகிவிட்டது. ‘ஏய் குப்பி நாசமாய்

* இறக்கும் நிலையில் உள்ளவர்களின் உயிர் வெளியேற உதவும் சடங்கு மற்றும் நிகழ்வு

போனவளே... எப்போ வருவே... என்ன மட்டும் தனியா தவிக்க விட்டுட்டு... ஏய் போ..' என்று முணுமுணுத்துக்கொண்டே, பெரிதும் சிரமமுற்று, போசனின் உயிர்க்கடக்க செள்ளி துணைநின்ற அன்று இரவுமுழுதும் எல்லோரின் கருத்திலும் குப்பியின்றி எவருமில்லை.

அடுத்தநாள் போசனின் சடங்கிற்குரிய கீரையை வறுக்க உரியோடு* வைக்கும்போதும்,

"குப்பிக்கா பாங்குலே நம்மாலே வறுக்க முடியாதப்போ... எப்படிதான் கண்டுபிடிப்பாளோ? தெரியலே... கீரைவாசோ வர்ரதுக்கு முன்னாடியே அடுப்பிலேந்து எறக்கி, ஓட்டு சூட்டுலேயே கீரைய பொரிச்சுடுவ.."

என்று எங்கும் குப்பியின் பேச்சுதான்...

"அண்ணா போசா... தங்கச்சி குப்பியோட வாய்க்கரிசி இல்லாமே மல்லாடு** போறேயோ?" என்று குப்பியின் பிரிவை அன்று ஒப்பாரியில் ஏற்றழுதது இன்று செள்ளியின் தொண்டைக்குழியை அடைத்துக்கொண்டு வந்தது.

4

இறப்புச்சடங்கின்போது சடலத்தைக் கண்டதும் ஊரிலேயே முதலாளாகக் கதைக்கட்டி அழுவதில் ஒப்பில்லாத செள்ளியின் வாயிலிருந்து இன்று வார்த்தைகள் எழவில்லை. வெறித்து அகலத்திறந்த அவளின் கண்களிலிருந்து ஓயாமல் கண்ணீர் வழிந்தது.

மரபுப்படி வீட்டிற்குக் கொண்டுசெல்ல மறுத்து, ஊரின் நடுத்திடலில் இரும்புத்தடுப்பிட்டு, அதன் நடுவில் கொரோனா தொற்றால் இறந்துபோன குப்பியின் உடல் கிடத்தப்பட்டிருந்தது. துருவும் சேறும் கலந்த முள்தடுப்பில் சாய்ந்தபடி செள்ளி வெறித்திருந்தாள்.

குப்பியின் இழப்பை இவள் எப்படித் தாங்கிக் கொள்வாளோ? என்று அஞ்சிய ஊராருக்கு அவளின் ஓயாத கண்ணீர் ஆறுதலளித்தது. எங்கே அவள் அழுது அரற்றாமல் கல்லென கிடந்து, பேச்சை இழந்து, கட்டையாய்த் திரியும் 'நடுகேரி'

---

* தானியங்களை வறுப்பதற்குப் பயன்படுத்தும் மண்சட்டி

** மறுமை உலகம்

‘திப்பெயை’ போல ஆகிவிடுவாளோ என்று எல்லோரும் அஞ்சினர்.

தீடீரென்று, கால்நீட்டி அமர்ந்திருந்த நிலையிலேயே தன் கரங்களைத் தலைக்குமேலே தூக்கி நிலத்தை ஓயாமல் அறைந்தாள் செள்ளி.

“அய்யோ... அய்யோ...

எவ்வே.. ஏய் கள்ளே... ஏய் கள்ளே... என்ன தனியா விட்டுட்டு எங்கே போனே.. ஆ... ஆ...

பொட்டி... பொட்டி... உன் கள்ளச்சிரிப்ப இனி ஒருதடவ பாப்பேனா? ஒருதடவ ஒரே ஒருதடவ...

நெலெய காத்தியே*... இனி பூமிய தோண்டினாலும், வானத்த பொளந்தாலும் உன்ன காண முடியுமா..

அய்யோ... அய்யோ... யார் செத்தாலு, எப்படி செத்தாலு, முகம் சுளிக்காமே கழுவிய, உன் கையகூட கழுவமுடியாத பாவியாயிட்டேனே...

“ஏய் குப்பி... ஏய் குப்பி... ஏய் கள்ளெ**... குப்பி...”

“இனிபோதும் செள்ளிக்கா... உங் கையி என்னத்துக்காகுறது... இப்படியா தரைய அடிப்பே... போது.. நீ போ... நேரமாயிருச்சு... ஒடம்ப எடுக்கனும்” என்றார் ஊர்கவுடர் மலக்கன்.

“ஏய் மலக்கா... அவளபத்தி உனக்கு என்ன தெரியு? அவள எடுத்துருவெயா? ஆ... ஆ... அவள தொடேன் பாக்கலாம்... இவ ஊருக்கெல்லாம் பெரண கடத்தியவா... அடங்குன உசிர பாத்து பாத்துப் பக்குவமா பிரிச்சவ...

அய்யோ, இவ உசுரு எப்படி அடங்கிச்சோ? தெரியலேயே...

கடைசியிலே முதுகுலெ நின்னுச்சோ... மாருலே நின்னுச்சோ?

இல்லே... இல்லே... தொண்டே குழியிலே நின்னுச்சோ? தெரியலேயே... அய்யோ.. தெரியலேயே...

கடைசியிலே அவ உசிர கடத்த கைக்கொடுக்காத பாவியாகிட்டேனே...

---

* நிலையானவளே

** கள்ளி

ஏய் மலக்கா... உனக்குத் தெரியுமா? இதெல்லாம் உனக்குத் தெரியுமா?

அவ உள்ளங்கையோட கடைசி வெக்கைய என் ரேகையிலே ஏத்தமுடியாத கொடும் பாவியாகிட்டேனே..

அது உனக்குத் தெரியுமா.. ஆ.. ஆ..

ஐயோ.. ஐயோ... மேல் ஒலாவுல* வெதச்ச முத்திய கருப்புக் கீரைய வெள்ளே துணியிலே கட்டிப் பக்குவப்படுத்தி, புது உரியோட்லே பக்குவமா வறுத்து, எல்லா சாவுக்கும் சீர் செய்தவளே.. ஒரு வா சாமைக்கி வழியில்லாம போறேயே...

ஐயோ குப்பி... நான் என்ன செய்வே... என்ன செய்வேனோ... என்ன விடுங்க... என்ன விடுங்க... நா செத்தாலு பரவால்லே... ஒரே ஒருவாட்டி அவ மொகத்த பாத்திடுறேனே... ஒரே ஒருவாட்டி...

முத்துக்கல் பதித்த பதக்கச் சங்கிலியிலே தங்கமாட்ட ஜொலிப்பாளே... அவ வாயிலே இந்தத் தங்கத்தயாவது போடுறேனே..."

"ஏய் செள்ளி.. நில்லு... பொறு...

ஏய் தம்பி அவள பிடிங்க...

ஏய் செள்ளி... செள்ளி... தொடாதே... பொணத்த தொடாதே... அதுல கிருமி இருக்கும்.. பரவிடும்..." என்றவாறு செள்ளியைப் பற்றியிழுத்துக்கொண்டு நகர்த்தினான் மலக்கன்.

"சரி.. சரியே சரி.. என்னவிடு... மலக்கா என்னவிடு... விடு.. அவள தொடமாட்டே.... சத்தியமா அவள தொடமாட்டே.... என்ன விடு...

ஓ... இவள நெனச்சு நா நிம்மதியா அழக்கூடாதா???

அந்தக் கள்ளெய நெனச்சி அழுதாகூட அந்தத் தொத்து பட்டுடுமோ?

என்ன விடுங்க... என்ன விடுங்க..."

தலையைப் பிய்த்துக்கொண்டு அரற்றினாள்.

* 'ஒலா' என்றால் விளைநிலம்

‘ஔவெ’ நேரமாச்சி. அம்மா ஓடம்ப எடுத்துவந்தவங்க போகனும்... இதுமாதிரி பல சாவுகளுக்கு அவங்க போகணும்... அம்மாவ பொதைக்க முடியாது. குன்னூருக்குக் கொண்டுபோயி எரிக்கனும்.. 3.00 மணிக்குள்ளேவேறே போகனும். இப்பவே நேரமாச்சி... நீங்க கொஞ்ச அமைதியாகனும்...” என்றான் கல்லன்.

“ஐயோ... ஐயோ... என் பொட்டி... எரிக்கனுமா? எரிக்கனுமா?... ஐயோ.. ஐயோ... இல்லே.. இல்லே...

கன்னுகுட்டியாட்ட அன்பு வழியுற, அவ பால்மொகத்த நெருப்புக்குத் தர்ரதா... இல்லே.. இல்லே...

சதா பால்லேயே நனஞ்சு வெறைக்குற அவ தங்கக்கை நெருப்புக்கா...

ஏய் குப்பி... இப்போ உனக்கு சந்தோஷமா...

‘எல்லோருக்குப் பெரண கடத்துறேனே, எனக்கு யார் செய்வா?.. செள்ளி, என்ன மறந்துடாதே? ஒருவேளே என் உசிரு தொண்டையிலே நின்ன ஒருபிடிச் சாமைய எடுத்து முற்றத்து நெலத்துல தூவ மறந்துடாதே’ என்னு சொன்னேயே... உன் உசிரு கடையிலே எங்கே நின்னுச்சோ? எங்க நிலமே! எங்க மூதாதையரே... இதோ உங்க குப்பியின் உசுர வெதெக்குறே... எடுத்துக்கோ... எடுத்துக்கோ...”

தான் அணிந்துள்ள முண்டின்மேல் வயிற்றிலும் இடுப்பிலும் சுற்றிய துணி சட்டங்களுக்கு இடையிலுள்ள இடத்தில் நிரப்பி யிருந்த சாமையை எடுத்து, கையில் சிதறாமல் பற்றிக்கொண்டு நிலத்தைநோக்கி ஓடினாள் செள்ளி.

“தம்பி.. தம்பி... அவள பிடிங்க... விழுந்துடுவா... பாத்து.. பாத்து... ஏய்... தங்கைகளே தயவுசெய்து அவகூட போங்களே..” என்று உரக்கக் கத்திய கவுடரின் கண்களில் தாரை தாரையாய்க் கண்ணீர்ப் பெருகியது. வழிந்து அவரின் வாய்க்குள் கலந்த கண்ணீரின் கரிப்பு குப்பியின் நினைவை அவருக்கு மென்மேலும் அடர்த்தியாக்கியது.

எட்டு ஆண்டுகளுக்கு முன்பு மேய்ச்சலில் தவறிபோன எருமையைத்தேடி ‘அரெபெட்டு’ மலையின்வழி ‘பெத்து தோ’ ஊரிற்குச் செல்லும்போது பிடித்துக்கொண்ட

அடைமழையில் சிக்கி, கிருதீவிகெ* மாதத்துக் குளிரில் ஜன்னிகண்டு விறைத்துப்போக, நீண்ட நேரமாகியும் சென்றவன் திரும்பாமையால் தேடிச்சென்றவர்கள் குளிர்ந்த அவனின் உடலைக் கொண்டுவந்து, இறந்ததாக எண்ணி சடங்குசெய்ய ஆயத்தமானபோது, விரைந்துவந்து சோதித்த குப்பியோ அவனது கண் இடுக்கிலிருந்த உயிர்ப்பினைக் கண்ணுற்று, உடனே முட்டடுப்பு** இலையினை வேகவேகமாக அரைத்துக் களிம்பாக்கி, அதோடு மோரைக் கலந்து, கதிர் அரிவாளின் முனையை நேரிமரத்தின் விறகில் நன்குகாய்ச்சி, அவனின் வாயை அகலத்திறந்து சூடான கத்தியின்வழி அந்த மூலிகைக் களிம்பினை ஊற்றி, உடனே, மூலிகைக் களிம்பு ஒட்டிய அக்கத்தியை மேலும் காய்ச்சி, அடிப்பாதத்தைச் சுட்டு அவனின் நினைவை மீட்டுக்கொடுத்த நினைவை அவனின் பெருகிய கண்ணீர் அக்களமெங்கும் விதைத்தது.

'ஏய்... எல்லோரும் கொஞ்சம் வெலகுங்க... ஏய்... 'கோலி' போதும்.. அவனவிடு... அவனுக்கு ஒன்னும் ஆகலெ... ஏய்... கொஞ்ச தள்ளிதா போங்க' என்ற, உயிர் உற்றும் அற்றுமிருந்த அவ்வேளையில் அவன் கேட்டிருந்த குப்பியின் வார்த்தைகள் அவனது நெஞ்சைப் பிளந்தன. நினைவற்ற நிலையில் அவனது நினைவை நம்பிக்கையால் ஆட்கொண்டிருந்த குப்பியின் நினைவைக் கொணர்ந்துமீள அவனது கண்ணீரின் கரிப்பு கங்கணம் கட்டிக்கொண்டிருந்தது.

'குப்பிக்கு முறைப்படி இறப்புச்சடங்கினை நிகழ்த்த இயலவில்லையே. இந்த ஊரில் இதுதானே முதல்முறை. அதுவும் என் பொறுப்பிலா இது நடப்பது' என்ற மல்லனின் குற்றவுணர்வினை 'உயிரை மீட்டுத்தர நானென்ன குப்பியா... என்னால் கண்ணீரைத்தவிர வேறென்ன தரமுடியும்..' என்ற அவனது எண்ணம் சற்று மட்டுப்படுத்தியது. அவனும் செள்ளியை நோக்கி ஓடினான்.

கண்ணீர்வழிய, ஊருபெட்டு மலையை நோக்கி "குப்பி... குப்பி..." என்று கத்திக்கொண்டே, விரக்தியோடு நிலத்தில் சாமையைத் தூவினாள். கைகளைத் தாழ்த்திக் குனிந்து கைகளில் ஒட்டியுள்ள சாமையைத் தட்டியவாறே சுற்றி நின்றவர்களை நோக்கி,

---
* கார்த்திகை மாதம்
** ஒருவகை மூலிகை

“அவ்வளவுதா... அவ்வளவுதா... அந்தப் பொட்டி போய்ட்ட... போயே போய்ட்ட..

ஏய் காங்கி, நீ சாகரப்போ உனக்கு யாரு ‘பெரண’ கடத்துவா? ஆ...

அவ போயிட்டா... போயே போயிட்டா...”

என்று தன் இரு கைகளையும் தன் தலைமேல் வைத்தவாறு கால்களைப் பரப்பி, நிலத்தைத் தேய்த்து தேய்த்து நடந்துகொண்டே குப்பியை அணுகினாள். தன் சுருக்குப்பையில் வைத்திருந்த சில்லறைக் காசுகளை வலதுகையில் எடுத்துக் குப்பியின் உடல்மீது எறிந்தாள்.

“அடே... இங்கே பாரும்மா... நீ ரொம்ப ஓவர பண்ணுர... இப்படிக் காசெல்லாம் வீசக்கூடாது... எரிக்கும்போது மிஷன் போயிடு”

என்று திட்டிக்கொண்டே தன் கையுறையைச் சரிசெய்து சடலத்தின்மேல் விழுந்த காசுகளைத் தட்டிவிட்டார் கவசயுடையணிந்தவர்.

தன் கால்களை அகலப்பரப்பி, முன்னும் பின்னும் ஆடிக்கொண்டே “ஏய் கள்ளெ... குப்பி... உனக்கு ஒத்த ரூபா காசுபோடக்கூட நாதியத்து போயிட்டேனே... ஐயோ.. ஐயோ...” என்றவள் கீழேஅமர்ந்து நிலத்தை வெறிகொண்டு மீண்டும் மீண்டும் அறைந்தாள்.

“எல்லாரு தள்ளி நில்லுங்க. நேரமாச்சு. கொஞ்சம் ஒத்துழைக்குனும்” என்றவாறு குப்பியின் உடலை எடுத்துச்செல்ல ஆயத்தமாயினர்.

செள்ளியின் கண்கள் அழுது அழுது சிவந்திருந்தன. ஆனாலும், குப்பிக்காக இன்னும் அவளிடம் கண்ணீர் மிச்சமிருந்தது.

குப்பிக்கு ஒருபிடி வாய்க்கரியிடுகிறோம் என்று ஊரார் எவ்வளவோ கெஞ்சிகேட்டும் சுகாதாரத் துறையினர் ஒப்புக்கொள்ளவில்லை. சடலத்தை ஊருக்கு கொண்டுவர ஒப்பியபோது அவர்கள் முன்வைத்த முதல் கோரிக்கையே இதுதான். அது, முகத்தை எக்காரணம்கொண்டும் திறக்கக்கூடாது என்பதுதான்.

செள்ளிக்கு மட்டுமல்ல, ஊராருக்கும் கழுத்துவரை துக்கம் அடைத்திருந்தது. தெருவழியே யார் சென்றாலும் வலிந்து மோர்தரும் அந்தத் தாயின் முகத்தை ஒருமுறை காணமாட்டோமா, அவளுக்கு ஒருபிடி வாய்க்கரிசி போடமாட்டோமா என்று ஊரே ஏங்கியது.

5

வானம் சிவந்திருந்தது. இது பனிப்பொழிவிற்கான அறிகுறி. கெட்டன் இரட்டை மாஸ்க்குடன் பாவம்போக்கும் சடங்கினை ஆரம்பித்தான். ஊர்த்திடலிலுள்ள 'பிக்கெ' மரம் சிலிர்த்தாடியது.

"தாய் குப்பி இறந்தது ஒரு இறப்பு...

இம்மை உலகிலிருந்து மறுமை உலகிற்கு ஓர் பயணம்...

அவர்தம் மூதாதையர்களுக்குச் செய்த பாவம்...

பாட்டன், பாட்டிக்குச் செய்த பாவம்..

தாய், தந்தைக்குச் செய்த பாவம்.." என்று கெட்டன் முன்மொழிய, சுற்றியிருந்தவர்கள் "பாவம்... பாவம்"

என்று அதை வழிமொழிந்தனர். இச்சடங்கின்போது பெண்கள் அருகில் இருக்கக்கூடாதாகையால், எவ்வளவு சொல்லியும் பித்துப்பிடித்ததுபோல் துளியும் நகராது தரையில் அமர்ந்திருந்த செள்ளியோ வேறுவழியின்றி இழுத்து ஓரத்திற்கு நகர்த்தப்பட்டாள். செள்ளியின் விசும்பல் மீண்டும் தொடங்கியது.

"யாரது... செள்ளியா... நிறுத்து... இப்ப அழக்கூடாதுனு உனக்குத் தெரியாதா?

நீயே இப்படி செஞ்சேனா எப்படி? அவ நிம்மதியா போயி சேரவேண்டாமா?"

என்றார் கவுடர்.

கண்ணீரும் சளியும் வழிந்துநின்ற தன் உதடுகளை மாற்றி மாற்றி கடித்துத் தன் கோபத்தை மட்டுப்படுத்தினாள் செள்ளி. மும்முறை தொடர்ந்து பிறழாமல் சொல்லப்படும் அச்சடங்கின் இறுதி முறைக்காகக் காத்திருந்தாள். துக்கம்தாளாது உள்ளங்கைகளை இறுகமூடி தரையை ஓங்கி குத்திக்கொண்டிருந்தாள். சடங்கின் இறுதிச்சொல் முடியுமுன்னமே,

“ஏய் கல்லா... உனக்கு வெக்கமாயில்லே...

நொந்து வளத்த உன் ‘ஔவெக்கு’ இப்படியா சாவுசெய்வே...

அவளுக்கு வாய்க்கரிசி எங்கே?

அவளுக்குக் ‘கீரே’ எங்கே?

அவளுக்குத் தரப்போற கடைசி சீர் எங்கே?

ஏகிக்கூடே* எங்கே?

அவளுக்கான ஒலக்கே** எங்கே?

அவளுக்கான கச்சுத்தட்டு*** எங்கே?

எல்லா சாவுலேயு கொட்டாங்குச்சி கரண்டிய வலதுகையிலே, மொறத்த இடது கையிலேயு தூக்கிட்டு தேரசுத்தி ஆடுவாளே... இவளுக்கு ஆட ஒருத்தரு இல்லையே?... அய்யோ... ஒருத்தரும் இல்லையே...

அய்யோ... கையில கட்ட கைக்கட்டு மணிக்கூட**** இல்லையே..

பாசத்துக்காக அவளுக்குப் போடும் பூகாசுக்கூட***** இல்லையே...

அய்யோ, பொறந்தவீட்டு கோடிகூட இல்லாம போறாளே... ஐயோ... ஐயோ..

என்னலே முடியலேயே... சத்தியமா என்னலே முடியலேயே...

ஏய்... பொறுப்புகெட்ட கல்லா... உன் ‘ஔெவெய’ இப்படியா வழியனுப்புவே?

ஏய்... பொல்லாத ஊரே... என் பொல்லாத மக்களே... அய்யோ...”

மாரில் அடித்து அழுது அரற்றினாள் செள்ளி.

---

* பெண்கள் இறந்துபோனால் அளிக்கப்படும் சீர்பொருட்கள் அடங்கிய கூடை

** உலக்கை

*** வெண்கலத் தட்டு

**** இறந்த திருமணமானப் பெண்களின் கைகளில் கட்டும் மணி

***** இறந்த பெண்ணின் இரத்த உறவினர் பிணத்தோடு போடும் பொருள்வகை

அதே வெள்ளை வண்டி. அது பார்வையிலிருந்து மறையும்வரை செள்ளியின் கதறல் தொடர்ந்தது.

“ஐயோ... இதே வண்டிதா...

போனவாட்டி ஜன்னல தொறந்து கைகாட்டுனாளே..

ஐயோ... ஐயோ... இப்போ ஒரே வாட்டி, ஒரே ஒருவாட்டி கைய காட்டுடி கள்ளி..

ஐயோ... ஐயோ... அவளுக்குப் ‘பெரண’ கடத்தாம போனேனே..

ஐயோ... ஐயோ... ‘பெரண’ கடத்தாம போனேனே...”

இதோடு சரி... இனிமேலே யாருக்குமே நா ‘பெரண’ கடத்தமாட்டே... இது சத்தியம்... இது சத்தியம்...

ஏய் மாசி... இனி எதுக்குமே என்னெ கூப்டாதே...”

என்று திமிரி திமிரி குதித்தாள்... ஓயாமல் தலையிலும் மாரிலும் அடித்துக்கொண்டாள்.

மாசியும் பண்ணெயும் அவளின் இருகரங்களை இறுகப்பற்றிச் சமாதானம்செய்தும் அவள் அடங்குவதாயில்லை. பொறுக்கவியலாது அவளின் தோள்களை இறுகப்பற்றி “இனி போதும்” என்றாள் மாசி. கைகளைக் கோர்த்துத் தலையில் வைத்துக்கொண்டு தரையில் அமர்ந்தவள் விசும்பிக்கொண்டே,

“ஏய் மாசி.. ஊரிலே செத்தவங்க யாரும் பீயோட போயிடக்கூடாதுனு பாத்து பாத்துச் செய்தாளே, அவ இப்போ பீயோட போறாளே... ஐயோ... தெரிந்தே அழுக்கோடு அனுப்புறோமே... இந்த அழுக்க எங்கபோயி கழுவறதோ...”

என்று தொடர்ந்து வலுத்த செள்ளியின் சொற்கள் அவ்வூரைப் பொருந்தொற்றினும் கூடுதலாய் பீடித்திருந்தன.

பதிவுகள், மார்ச், 2023

ஓணி

0

சாலையெங்கும் படர்ந்திருந்த கொன்றை மலர்களை முடிந்தவரை கூட்டியாகிவிட்டது.

அந்தச் சாலையின் வலது முடுக்கின் விளிம்பில் சேர்த்துக் குவிக்கப்பட்ட கொன்றைக் குவியலை, இரு கைகளாலும் அள்ளியெடுத்துத் தடுப்போரம் அலர்ந்துநின்ற கொன்றை மரங்களுக்கடியில் விசிறிக்கொண்டிருந்தாள் முருகசோதி அக்கா.

பெய்ய பெய்ய சலிக்காது மழைநீர் வடியும், அவ்விளிம்பின் தடுப்போரம் இட்டிருந்த பொந்து அடைந்திருந்தது. அங்குக் கொன்றையின் மஞ்சள் குழைத்த கரும்புலம் மண்டிக்கிடந்தது.

"அக்கா, போனவாட்டிபோல அரெகொறெயா சுத்தப்படுத்திட்டுப் போயிடாதே..

சரியா..?

சூப்பர்வைசர்கிட்டே திட்டுவாங்க முடியாது...

அங்க தேங்கி நிக்குற சேற சுத்தமா வாரி எடுக்கோனும்... அஜய அனுப்றே... அந்தப் பொந்துல கம்பியவிட்டு நிமிட்டி அடைப்பு எடுக்கச் சொல்லுங்க.."

என்றவாறு கடந்துசென்ற மேற்பார்வையாளர் ராஜாவின் மோட்டார் சைக்களின் பின்சக்கரத்தில் ஒட்டியிருந்த ஒற்றைக் கொன்றை ஓங்கி சிரித்தவாறே சுழன்று மறைந்தது.

மழைப்பெய்த வெக்கை நாசியேற, எங்கும் குமைந்து அழுந்திய கொன்றையின் நாற்றம். லேசான கூர்தலுக்கே வெக்கையின் ஆவிப்பறக்கும் கருஞ்சாலை. அதன்மீதான முதல் பார்வையிலேயே மஞ்சடர்ந்த அவனின் உலகம் அவனைத் தொற்றிக்கொண்டது.

"அண்ணா! இந்த வெக்கெ ரொம்ப வித்தியாசமா இருக்கில்லே..

இது மழைக்குப் பின்னெ வந்த வெக்கையா இல்லாம, வெக்கைக்கு நடுவுல வந்த மழைப்போலல்ல இருக்கு..."

"ஆமா.. நேத்தே நெனச்செ... நைட்டு ரெண்டு மணிக்குமேலே, ரெண்டு ஃபேன போட்டும் தூங்க முடியலே. காத்தாட வெளியே வந்தாலும் பேருக்குக்கூட மரமாடலே.. இனி அக்கினி பொறக்கறத நெனச்சா பயம்மா இருக்கு தம்பி...."

"ஆமாண்ணா, நேத்து அங்கேயு அதே வெக்கெதா...

அதெலெயும் கரெண்டு கட் வேற. ரைட்டிங் பேட எடுத்து கொழந்தெகளுக்கு விடிய விடிய விசிறியே ரெண்டு கையும் போச்சு.. எப்படா ஊருக்குப் போலாண்ணு ஆயிடுச்சு.. நமக்காக இல்லாட்டியும் கொழந்தெகளுக்காகவாவது போகனும்போல..."

என நீண்டது தேநீருக்கான அவர்களின் நடைபாதை விவரிப்புகள். இந்த வாடிக்கை விசாரிப்பை இன்று வெக்கை ஆட்கொண்டிருந்தது.

மூன்று மணிநேர தொடர் வகுப்பிற்குப் பின்னதாக வற்றியிருந்த தொண்டைக்கு அவர்கள் குடித்த எலுமிச்சைத் தேநீர் அவ்வளவொன்றும் தோதாக இல்லை. வாங்கும்போதே கோப்பையின் அடிப்பகுதி தெரிகின்றதா என்று சோதித்தான் அவன். தெரியவில்லை. அக்கணமே அத்தேநீரின் தரத்தை முடிவுசெய்தான். நடுநாவினைப் பீடித்துக்கொண்ட அந்தத் தேநீரின் கசப்பு, ஐந்தாறு முறைக்குமேல் பயன்படுத்தப்பட்ட அந்தத் தேயிலைத் தூளின் நிலையைக் காட்டியது.

'சார் உளுந்துவடெ வேண்டாமா?' என்று கேண்டீன் சரசு அக்கா கேட்டபோது, மறுத்ததன் தவறை இப்போதுதான் உணர்ந்தானவன். அந்த வடையை வாங்கியிருந்தால் இந்தக் கசப்பிற்கு மாற்றாக அது ஓரளவிற்கு உதவியிருக்கும் என்று எண்ணினான்.

“ஆளுங்க மாறுனதும் தரம் கெட்டுப்போச்சில்லே..”

“ஆமாண்ணா, ச்சே.. டீய வாயில வைக்க முடியலே...”

என்றும்போல் இல்லாமல் பகுதிக்குமேல் மீதம் வைத்த தேநீர்க் கோப்பைகள் கொன்றை மரத்திற்கு அருகே அமைக்கப்பட்ட கல்திடலில் வைக்கப்பட்டன.

மழைநீரில் நைந்திருந்த கொன்றைகள் தரையெங்கும் எஞ்சிநிற்க, முற்றாக நனைந்த கொன்றை மரத்தில் சில மலர்ச்சரங்கள் சிரித்துக் கொண்டிருந்தன.

காணாத கோப்பையின் விளிம்பு, காணச் சகியாத நைந்த கொன்றைகள், காணச் சிலிர்க்கும் பசுமையுடுத்திய சரக்கொன்றை, ஈச்சமாரில் வலிந்து சேற்றைக் கிளறி மண்ணுற்ற கொன்றைகளை விடாமல் சேர்த்துக்கொண்டிருந்த முருகசோதி அக்கா என எல்லாம் மஞ்சள் குழைக்க, ஓயாமல் கீச்சிடும் அந்தக் கருஞ்சிட்டு மட்டும் அதுவாகவே தொடர்ந்தது.

1

சீகை மரங்கள் அடர்ந்திருந்த மேலட்டி தோட்டமொரு சிறு மலைக்குன்று. ஆண்டில் எம்மாதமும் சொத சொதவென சேறு நிறைந்திருக்கும் அச்சோலைக்காடு இன்றும் அதன் தன்மையை இழந்திருக்கவில்லை.

காட்டெருமைகளின் குளம்படிகள் ஆக்கிரமித்துள்ள அந்நிலமெங்கும் எப்பொழுதும் ஓராயிரம் சுனைகள். அதில் ஆழப்பதிந்த எருமைக் குளம்படியில் நிறைந்த மழைநீர் விளிம்பு காட்டாமலேயே எப்போதும் பசிந்திருந்தது.

மழைபுல வேளாண்மைக்குக் காலமெல்லாம் கம்பளம் விரித்த அந்நிலமெங்கும் முளைக்க வைக்கப்பட்டிருந்த தேயிலை நாற்றுகளால் அவ்வளவு எளிதாக அப்புலத்தை ஆக்கிரமிக்க இயலவில்லை.

குஞ்சைக் காக்க கோழி விரித்த ஒற்றைச் சிறகென அந்நிலத்தின் வலப்புறத்தில் முளைத்து நிற்கும் பாசிப்படர்ந்த அந்தச் செம்பாறையின் நடுவே அடர்ந்திருக்கும் வாகை மரத்தைக் காணும்போதெல்லாம் தோன்றும் மலைப்பு மாதனுக்கு இன்றும் குறைந்தபாடில்லை. இந்தப் பாறையில் இது எப்படி முளைத்தது? என்ற பிரமிப்பை அது முக்கணமும் கடத்திக்கொண்டிருந்தது

தன் மனைவி மணிக்கியோடு களவாடிய அவ்வாகை மரத்தின் நிழல் அவன் மனதில் செம்புலமாய் நீடியது.

"மாத மாமா, தெரியாமகூட அந்த ஓணியிலே* எறங்கிடாதிங்க... அந்தச் சுண்டெ காட்டெருமெகளாலே எல்லா எடத்திலேயு அட்டெப் பூச்சிங்க. ஏற்கனவே குதிகால் வெடிப்போட வலியையே தாங்க முடியலே.. இதிலெ இந்த அட்டெ வேறே. அப்பாடா...'

என்று சொல்லிக்கடந்த போஜனின் முழங்கால்வரை அச்செம்புலம் பூசியிருந்த சேற்றுடன் ஆங்காங்கே அட்டையேறி கசிந்திருந்த செங்குருதி பாறையில் முளைத்திருந்த அவ்வாகை மரத்தின் வியப்பை ஏந்தியிருந்தது.

காலங்காலமாக வளர்ப்பு எருமைகள் கடந்து செல்லும் அந்த ஓணிப்பகுதி முழுக்க என்றும் எருமைகளின் குளம்படிகளால் குழைந்த சகதி நிறைந்திருக்கும்.

"ஏய் போஜா.. ஆலியோட ஒடம்பு பரவாலேயா?"

"ஆ.. ஆ... பரவாலே மாமா... ஆனா, அந்தப் பாழாபோன மூச்சுதா அடிக்கடி வேலைய காட்டுது..."

"அடடே.."

"குணசேகரன் டாக்டரோட மருந்து கொஞ்சநேரந்தா கேக்குது... இருமி இருமியே ராத்திரிய கழிக்கிறா... பாவம்... பாப்போ... நாளைக்கு மறுபடியும் ஆஸ்பத்திரிக்குக் கூட்டிட்டுப் போணும்.."

என்றவாறு ஆலிக்கு மாலைநேர மருந்தளிக்க நிற்காமல் விரைந்தான் அவன்.

"ஏய்! போஜா, அட்டை கடிச்சதுக்கு கெரோசின் வேணும்னா நம்ம வீட்லே போய் வாங்கிக்கோ.. நேத்துதான் வாங்கியாந்தே.."

"சரி மாமா.. நான் பாத்துக்குறே....."

அந்த 'அட்டகொரே' வளைவின் இடுக்கில் கால் வைத்துவிடக்கூடாது என்று கவனமாய் இருந்தும் ஏதோ மனசஞ் சலத்தில் தவறி காலை வைத்தான் மாதன். 'அச்சோ...' என்ற முனகலோடு அவனது முழங்கால்வரை சேற்றில் இறங்கியது.

---

* 'ஓணி' என்பது எருமைகளின் வழித்தடம்

தலையில் ஏந்தியிருந்த தோப்புராவை இறக்கி சேற்றில் வைத்தான். அதன்மேல் கையை ஊன்றி காலை வெளியில் இழுத்தான். சேறு சொட்ட சொட்ட வெளிவந்த இடது காலிற்கு அச்சேற்றின் ஈரம் சுகத்தைத் தந்தாலும் அது வறண்டபின் கால் கொள்ளும் இறுக்கமும், நெடுநாளையச் சேறு விரலிடுக்கில் ஏற்படுத்தும் அழுங்கல் புண்ணும், அதன் தீராவலியும் அவன் எண்ணம் முழுக்க நிறைந்து குடைந்தன.

‘அடே..... அவ்வளவு கவனிச்சும் ஏமாந்துட்டேனே.. அடச்சே... சரிவிடு, ஓணிக்கொரெ ஆத்துலே கழுவிக்கலாம்...’

என்று அவனுக்குள்ளான நிசப்த உரையாடல்கள் இதேபோல், இங்கே பலமுறை படிந்த சேற்றினை முழம்போட்டுக் கொண்டிருந்தன.

தொடர்ந்து அந்தச் சதுப்புப் பாதையின் வழியே நடக்காமல் சீகைமரச் சோலையின் வழியே மேலேறினான். அவ்வோணி வழியைவிட இது இரண்டு ஜாகெ* சுத்து என்றாலும் வேறு வழியில்லை.

காரமடையில் குடித்த கலங்கல் நீரினால் நெஞ்சில் கட்டிக்கொண்ட கபத்தின் ஒலி பெருக, ஆயுசு முட்ட அம்மேட்டில் ஏறினான். முகட்டின் விளிம்பில் விளிம்பாகி நின்ற நாவல் மரங்களில் மண்டியிருந்த நாவல் மலர்களில்சில உச்சிக்காற்றில் உதிர்ந்து கொண்டிருந்தன.

0.1

ஒன்றாம் எண் கல்லூரிப் பேருந்திற்கு இன்னும் ஒன்பது நிமிடங்கள் இருந்தன. எனினும், அதன் ஓட்டுநர் ஜான் அண்ணாவைப்பற்றி அவனுக்கு நன்கு தெரியும். *4.56* க்கே வண்டியை இயக்கி தயாராகிவிடுவார். நின்றிருக்கும் பேருந்துகளில் ஏதேனுமொன்று சற்று முன்னகருமா என்று அவரின் நோக்கம் கிளம்புவதிலேயே நிலைகுத்தியிருக்கும்.

“அண்ணா, இதோ வந்துட்டிருக்கே... வண்டிய எடுத்திராதிங்க...”

“சரிங்க சார்.. சீக்கிரம் வாங்க....”

* ஒருவகை அளவு. சுமார் ஒரு கிலோமீட்டர்

மடிக்கணியை அணைக்கும்போது அது அப்டேட் கேட்டது. அடப்போடா.. என்றவாறு மடிக்கணியை அடைத்தான். அனிச்சையாய் அவனது கால்கள் பேருந்தை நோக்கி விரைந்தன.

“சார் வாங்க... மழைக்குமுன்னாடி போயி சேர்ந்திடனும்...”

“ஆமாண்ணா.. இது மழைவெக்கைதான்...”

“அத்திப்பாளையம் ரூட் எடுத்திடலாம் சார்.. கொஞ்சம் குண்டுங்குழியுமா இருந்தாலும் சள்ளெ இல்லாம போயிடலாம்... மெயின் வழிய எடுத்த சொத சொதன்னு மேலே முழக்க தண்ணி நிக்கும். வேகமாபோனாலும் சள்ளெ... மெதுவா போனாலும் சள்ளெ.. அந்த ரயில்வே கேட் வேறே.. சார்... ஆயிரம் சொல்லுங்க என்னதா இருந்தாலும் நம்ம ஊரு ஊருதா... எப்பேர்பட்ட மழை வந்தாலும் வடிஞ்சிரும்.. யாருக்கும் சள்ளெயில்லெ....”

என்ற ஜான் அண்ணனின் சலிப்பின் நெடியேறிய வார்த்தைகள் முடியும் முன்னமே மீண்டும் அடைமழை பிடித்துக்கொண்டது.

தான் வாடிக்கையாக அமரும் முன் இருக்கையின் ஓர ஜன்னலை இறுக மூடினான் அவன். டீ தாத்தாவிற்குத் தந்ததுபோக மீதமுள்ள பணத்தினைப் பத்திரப்படுத்தினான். தோள் பையின் முன்பகுதியில் கையைவிட்டு, இருந்த சில்லறைகளைத் துழாவி, ஒரு மனக்கணக்காக அதை எண்ணிப்பார்த்தான். மனதிலும் முகத்திலும் பகுதித் தெளிவும் நிறைவும் அவனுக்கு நிரம்பியிருந்தன.

‘கோத்தகிரிவரை வாடகை வண்டியில் செல்ல இதுபோதும். மீதமுள்ள பணத்திற்கு அங்கிருந்து ஆட்டோ எடுத்துக் கொள்ளலாம். ஒருவேளை போதவில்லையென்றாலும் பள்ளி நண்பன் சபீரின் ஆட்டோவை எடுத்துச் சென்றுவிடலாம்...’ என்ற எண்ணச்சுழல், வலுவிழந்து கொண்டிருந்த மழைபோல மெல்ல மெல்ல அவனுக்குத் தெளிவினைத் தந்துகொண்டிருந்தது. மழைத்துளிகளை ஏந்திய பேருந்தின் கண்ணாடி"யின் வழியே கடந்துசெல்லும் TN 43 எண் கொண்ட வாகனங்கள் அவனின் உற்சாகத்தை மேலும் கிளறின.

“சார் ஊருக்கா..”

“ஆமாண்ணா.. நாளைக்குச் சாயங்காலம் போலானு நெனெக்கிறே..”

"நானும்தா.. நாளைக்குத் தற்காறி* லோட் இருக்கு சார். எலெகாசு வேற வாங்குனு.. வாங்கிட்டு நாளெகழிச்சு கீழே எறங்குனு சார்... வண்டியிலதா போறே... நீங்க வர்றீங்களா... காலேஜ் வண்டிய பார்க் பன்னிட்டு 8 மணி வாக்குலெ கிளம்பலானு இருக்கெ..."

"இல்லெ அண்ணா.. நா வீட்லே கூட்டிட்டுப் போணும். அந்த டைமிங் ஒத்துவராது. நீங்க பர்லியாறு வழியிலேதானே போவீங்க.. நா கோத்தகிரி போகணும்.. நீங்க போங்கணா.. நா வாடகெ வண்டி ஏற்பாடு பண்ணியிருக்கே..."

திடீரென்று வலதுபுறத்திலிருந்து வேகமாக வந்த வண்டியொன்று நிலைதடுமாறி, பின் எப்படியோ சரிசெய்து சென்றது.

"டேய்.. சாவு கிறாக்கி.. என்ன வண்டி ஓட்டுறே.. நீ எல்லா எங்கடா வண்டியோட்ட கத்துகிட்டே.. இப்டியாட ரைட் ஏறி வருவே..... பிரேக் போடலேனா செத்துருப்படா.. நாயே.. ஏய்.. நிறுத்துடா... லைசன்ஸ் இருக்கா... ஓடற பாரு.. நாயே...

இவங்கெல்லா டிரைவரே இல்லெ சார்.. ஏதோ கொஞ்சநாள் டிரைவிங்கிளாஸ் போறது.. உடனே ஒரு லைசென்ஸ வாங்கிக்கறது.. ஒரு நேக்கும் தெரியாது.. மண்ணும் தெரியாது... நம்மளபோல கிளினரா இருந்து டிரைவர் ஆகியிருந்தாதான் இதெல்லா தெரியும்.."

"விடுங்கண்ணா... விடுங்க.."

"இல்லெ சார்... கொஞ்ச மிஸ் ஆயிருந்தா அவ்ளோதா.. நம்ம ஊருலே டிரைவிங் பழகி ஓட்டிட்டு, இங்கே ஓட்டுரவங்கள பாத்தா ஆத்திரமா வருதுங்க. இவங்கள எல்லா 'அண்ணிக்கொரெ' ரோட்டுலெ ஓட்ட விட்டிருக்கனு.. அள்ளு விட்ரு.. அந்தக் குத்து எறக்கத்துலே அரெ கிலோமீட்டர்கூட ஓட்ட முடியாது.. வண்டிய கவுத்துடுவாங்க..."

"சரி விடுங்கண்ணே.. ரைட்டுலே ஏறிப்போற வழக்கம் நம்மகிட்டே இல்லாத ஒண்ணு.. இதுலெ என்ன கொடுமெனா, இங்கிருந்து மேலே வர்றவங்க நம்ம ஏரியாவிலேயும் இதேதான் செய்றாங்க.. அதில்லாமே, கிளச்சிலிருந்து கால எடுக்காமே ஓட்றாங்க.. இருக்கிறதலேயே பெரிய கொடுமெ என்னான

* காய்கறி

அவுங்க டி கிளச் செய்யிறதுலே சுத்தோ.. நேத்து ஏ ப்ரெண்டோட புதுக்காரு பேலட் முழுக்க காலி...”

“ஆமா சார்... கண்ணுல வெளக்கெண்ணெய விட்டுதா ஓட்டனு...

சார், நான் பாப்பேங்க... வார கடைசியிலே இங்கிருக்கிறவங்க எல்லா நம்ம ஊருலேத குமியுறாங்க... கொஞ்ச அதிகமா டிராபிக் இருக்கறமாதிரி தெரிஞ்ச கோத்தகிரி வழியிலேயே போயிடுவே.... எந்தச் சள்ளெயு இல்லாமே போயிடலா..”

“சரிதாண்ணா... அண்ணா, ஒருவேளெ கோத்தகிரி வழிய போற ஐடியா இருந்தா எங்கள டிராப் பன்னிருங்களே.. யாருக்கோ கொடுக்குற வாடகெய உங்களுக்குக் கொடுத்திடறே... என்ன சொல்ட்றீங்க..”

“இல்லெ சார்... நான் எத்தன மணிக்கு போவேணு தெரியலெ. ஒரு சில டைம் பத்து மணிக்கு மேலேகூட ஆயிரு.. அம்மாவுக்கு ஒடம்பு வேற சரியில்ல.. அவங்களுக்குச் சமச்சு வச்சிட்டுத்தான் கௌம்புனும்... அதுவு, அவுங்கள சமாதானம் செஞ்சுட்டு கௌம்புறதிருக்கே அப்பப்பா.. பெரும்பாடு. நைட்லே வண்டியோட்ட அவங்க ஒத்துக்க மாட்டாங்க.. போராடி சம்மதிக்கவைக்கனு...

சார் வாடகைக்கு வண்டி பாத்துடீங்களா?... இல்ல, வண்டி வேணுமா... நம்ம பிரண்ட்ஸ் இருக்காங்க.. ‘படுகா’ பசங்களே இருக்காங்க... அனுப்பவா...”

“இல்லெ அண்ணா... செல்றே... நம்ம ஏரியாவுலே சொல்லி வச்சிருக்கே.. ஒருவேளே தேவேனா கேக்கறே...”

டீச்சர்ஷ் காலனி நிறுத்தம் வந்திருந்தது. அவன் ஜான் அண்ணாவிடம் விடைபெற்று இறங்கினான். அவன் என்றும் ஊருக்குச் செல்லும் அண்ணிக்கொரெ பேருந்து அவனைக் கடந்து சென்றது. பாதையில் தேங்கியிருந்த நீரினை வாரி இறைக்காமல், அதேநேரத்தில், வேகம்குறையாது, வெகு இலாவகமாகக் கடந்து சென்ற அப்பேருந்தின் கடந்த பயணத்தின் நினைவுகள் அவனது நினைவிலாடின.

‘வெறும் 50 ரூபாய் இருந்தால் போதும்.. ஊர் சேர்ந்துவிடலாம்’ என்று இருமிக்கொண்டே பின் இருக்கையில் அமர்ந்திருந்த பெரியவர் அன்று கூறிய வார்த்தை ஏனோ அதே

ஒலியுடன் அவன் செவிகளில் ஓங்கி ஒலித்துக் கொண்டிருந்தது. அப்பேருந்து கோத்தகிரியை அடைந்ததும் நடத்துனர் டிப்போவிற்குச் சென்றுவரும்வரை ஐந்து நிமிடங்கள் 'குப்பட்டிக் கம்பெ' நிறுத்தத்தில் நிற்கும்.

'அண்ணிக்கொரெ போறவங்க, பஸ்டாண்ட் போறவங்க வண்டியிலேயே உக்காருங்க.. வண்டி கிளம்ப *5* நிமிசம் ஆகும்...' என்று நடத்துனரும் அவருக்குத் துணையாக ஓட்டுனரும் ஒரேநேரத்தில் கூறியபோது, பேருந்தில் பாதி ஒலித்துக் கொண்டிருந்த ராஜாவின் பாடலை விட்டுவிட முடியாமல், இறங்கி அப்பாடலை ஓர்ந்துகொண்டே மெதுவாகப் பேருந்தைக் கடந்ததும், நிச்சயம் வீட்டிற்குச் சென்றதும் இந்தப் பாடலைக் கேட்டாக வேண்டுமென்று 'பூத்தது பூந்தோப்பு பாத்து பாத்து...' என்று அதை முனுமுனுத்துக் கொண்டே மார்க்கெட் வழியில் கீழிறங்கியதும் அவனின் நினைவிலாடின.

'பூத்தது பூந்தோப்பு பாத்து பாத்து..' என்ற பாடல் இன்று மீண்டும் அவனைத் தொற்றியிருக்க, வழியெங்கும் மழையில் உதிர்ந்துகிடந்த ஜக்கரண்டா மலர்களை முடிந்தளவிற்கு மிதிக்காமல் நடந்து சென்றான்.

1.1

மாதன் தன் தலைமீது சுமந்துவரும் தோப்புரப் பைக்குள் ரொட்டி வைத்திருப்பது தோட்டத்துக் கரிக்குருவிகளுக்கு நன்கு தெரியும். அது அவர்களுக்கிடையேயான *40* ஆண்டைய வழக்கம்.

துணிப்பையிலிருந்து காகிதப்பைக்கும், இன்று நெகிழிப் பைக்கும், மீண்டும் சூழல் பாதுகாப்புச் சார்ந்து காகிதப்பைக்கும் பரிமாணம் எடுத்த ரொட்டியை இன்றும் 'அட்மிட்டு' என்று அழைப்பது அவ்வூரில் மாதன் ஒருவனாகத்தான் இருக்கக்கூடும். அவனின் தலைமுறைவரை ரொட்டியை அவ்வூரார் அவ்வாறுதான் அழைத்தனர். பெரும்பாலும் உடல் நலிவுற்று மருத்துவமனையில் அனுமதிக்கப்பட்டவரைக் காணச் செல்லும்போது வாங்கிச் செல்லும் பண்டமாகையால் இதற்கு அட்மிட்டு என்பது ஆகுபெயராகியிருந்தது.

'மம்மா.. ஒரு அட்மிட்டு தா...' என்று ஐயன் பேக்கரி ரங்கனிடம் மாதன் கேட்கும்போதெல்லாம் தவறாமல் கொள்ளென்ற சிரிப்பு அங்கு அனுமதிக்கப்பட்டிருக்கும்.

மாதனை வெகுதூரத்தில் காணும்போதே அந்தக் கரிக்குருவிகள் அட்மிட்டிற்காகக் கீச்சிட ஆரம்பித்துவிடும். அவன் நெருங்கிவர ஓயாமல் அவைகளின் கீச்சொலி அதிகரிக்கும். இந்தக் கீச்சொலியே மாதனின் தோட்டத்தைத் தற்போது லீசுக்கு வாங்கியிருந்த மகாலிங்கனுக்கு மாதனின் வருகையை உணர்த்தும் மணியொலியாகும்.

அவ்வூருக்குப் புலம்பெயர்ந்த புதிதில் மகாலிங்கனுக்கு அடைக்கலம் தந்தது மாதன்தான். தேயிலைத் தோட்டப் பணிக்கான போதிய பயிற்சியற்றவன் என்றபோதும் அவன் மகாலிங்கனுக்கு நாள் தவறாமல் வேலை கொடுத்தான். சில நேரங்களில் அவன் தேயிலைச்செடியின் குச்சித்தெரிய தேயிலைக் கொழுந்துகளைப் பறித்தபோதும் மற்ற தோட்டத்தினர்போல கடிந்து கொள்ளாமல் அவனை நன்கு பார்த்துக் கொண்டான்.

தேநீர் வேளையில் மாதன் கொண்டுசென்ற அட்மிட்டை பகுதிக்குமேல் மகாலிங்கனுக்குப் பிய்த்துக் கொடுத்துவிட்டு மீதியை உண்பது அவரின் வாடிக்கை. ‘வளர்ற பைய.. நல்லா சாப்புடு.. சாப்புடு..’ என்று தன்பாகத்தில் மீண்டுமொரு துண்டையும் அவனுக்குத் தருவதுண்டு. அதேபோல, வேலைமுடிந்து செல்லும்போதும் முழு ரொட்டியொன்றையும் அவனுக்கு அளிக்கத் தவறுவதில்லை.

இன்று மாதனைக் கண்டதும்,

“ஏய், மாதய்யா.. ஏன் இவ்வளவு நேரம்...

நா ஒரு மணிநேரமா காத்திருக்கே..

போகும்போது மட்டும் சரியான நேரத்துக்கு போயிடறே..

சரியான நேரத்துக்கு வர தெரியாதா..ஆ...”

என்ற மகாலிங்கனின் வார்த்தைகள் மாதனுக்கு நகைப்பையே தந்தன. அது நன்றியின்மைக்கான நகைப்பு.

பதிலேதும் பேசாமல் தோப்புராவை இறக்கி வைத்தான மாதன். அவனின் சேறுபடிந்த கால் மகாலிங்கனுக்குத் தாமதத்திற்கான காரணத்தை அறிவித்தது. மாதனைச் சூழ்ந்திருந்த கரிக்குருவிகள் அவன் இறக்கிவைத்த தோப்புராவின் மேலேறி நின்றன. நாள்தோறும், ‘ஏய்.. பொறுங்கள்.. பொறுங்கள்...’ இவைகளோடு, என்றவாறு கால்பகுதி ரொட்டியைப் பிய்த்து எல்லாக் குருவிகளுக்கும் கிடைக்கும்படி பரப்பி இடும் தன்

மனைவி மணிக்கியின் நினைவாடியது அவனுக்கு. அந்த இடமெங்கும் அவளே நிறைந்திருந்தாள். சற்றுநேரத்தில் அவள் இடுவதைவிடவும் கூடுதலான ரொட்டித் துண்டுகள் அக்குருவிகளின் தேவைக்குமீறி அந்நிலமெங்கும் பரவிக்கிடந்தன.

சற்றும் தாமதிக்காமல் 'கெப்புஅறெ' பாறைக்கு அருகிலுள்ள அஸ்ஸாம் செடிச் சாலிலிருந்து தேயிலைக் கொழுந்தினைப் பறிக்க தொடங்கினான் மாதன். மகாலிங்கனோ மாதன் கொண்டுவந்திருந்த சாக்கினைத் தரையில் விரித்துத் தூங்க ஆரம்பித்தான். வயிறுநிரம்பிய திளைப்பில் கீச்சிடும் கரிக்குருவிகளைத் தனதருகில் முன்னமே சேர்த்துவைத்திருந்த கற்களை எறிந்து துரத்திக்கொண்டே உறங்கினான் அவன். அவனின் மனம் முழுதும் மாதனின் மீதான கோபம் கனன்றது.

அந்தச் சாலின் பகுதியைக் கடந்திருந்தபோது, மின்னலால் முளைத்திருந்த கூன்கள்* மண்டிய நேரிமரக் குட்டைக்குச் சற்றுமேலே அவனை அறியாமலேயே சில நொடிகள் நின்றானவன்.

அன்று அப்படித்தான், அவன் இடதுபுறமிருந்து பறித்துச் செல்ல, வலது புறத்திலிருந்து பறித்து வந்துகொண்டிருந்த மணிக்கி 'ஔவெ' எனும் பேரொலியோடு மயங்கி விழுந்து, கீழே உருண்டு அரெப்பாறையின் விளிம்பில் கிடந்த நினைவு அவனின் தலையைக் குடைந்தது. அவளின் தலையைத் தூக்கி மடியில் கிடத்தியபோது நீடிய அவளின் மூர்ச்சைநிலை சற்றும் வீரியம் குறையாது அவனது ஆழ்மனதை உலுக்கியது. விரைந்து 'ஓணிகொரெ' ஆற்றில் நனைத்துவந்த அவளின் தலையில் சுற்றிய மண்டெப்பட்டினை** முகத்தில் பிழிந்தும் பயனின்றி, தோளில் சுமந்துகொண்டு மருத்துவமனைக்குக் கொண்டோடிய அக்கணத்தின் கனம் கனத்தது.

'"ஐயா, சாச்சுவேசன் கம்மியா இருக்கு... ஆக்ஸிஜன் லெவல் ரெம்ப குறைவா இருக்கு.. 70 க்கு கீழேபோனா ஆபத்து...

அம்மாவுக்குக் கொஞ்ச நாளாவே இந்தப் பிரச்சனெ இருந்திருக்குப்போல.. அதோட, அவங்க அடுப்பெரிச்சு சமைச்சிருப்பாங்கானு நெனெக்குற... அந்தப் பொகெயின் பாதிப்பாலே மூச்சுத்திணறல் அதிகரிச்சுருக்கு...

---

* காளான்கள்

** படகர் இன பெண்கள் தலையில் கட்டும் உடைவகை

இப்போ கொடுத்திருக்கும் மருந்து ஓரளவுதா கேட்கு. மூக்கிலே வச்சிருக்குற ஆக்ஸிஜன எடுக்கக்கூடாது. இந்தச் சிலிண்டர் 4 மணிநேரம் வரும். இது இல்லாமே இவங்களாலே ரொம்பநேரம் இருக்கமுடியாதுங்க ஐயா... மூச்சுத் திணறு... நுரையீரல் முழுக்க சளிவேற கட்டிருக்கு...

ஐயா, இதுக்கு ஒரேவழி கொஞ்சநாளிக்கு இவங்கள பிளைன்ஸ்கு கூட்டிட்டுப்போயி வைக்கிறதுதா... அங்கேபோன இந்த சேச்சுவேசன் பிரச்சினை இருக்காதுங்க ஐயா... அதுதான் நல்லது...”

என்று குணசேகரன் டாக்டர் கூறியபோது கண்ணீர்மல்க, நெபுலேசரை தானே அகற்றி, ‘வேறெ வழியே இல்லையா தம்பி..’ என்று மூச்சுத்திணற மணிக்கி கேட்ட வார்த்தைகள் மாதனின் காதுகளில் இன்னும் அறைந்து கொண்டிருந்தன.

“எதுக்கும் நஞ்சுண்டன்கிட்டே ஒருகொறெ காட்டிடலாம்... அவருதா இதுக்கு சரியான வழி சொல்லுவாரு... மேல்கேரி மிச்சிக்கு அடிக்கடி இருந்த மூச்சுத் திணறலை ஒரே ஊசியிலே சரியாக்கிட்டாரு...”

என்ற அவளின் அங்கலாய்ப்பும் பலிக்காமல்போனது. நஞ்சுண்டன் மருத்துவரும் ஏற்கனவே குணசேகரன் கூறிய அதே தீர்வையே கூறினார். அவளின் கண்ணீர் மருத்துவமனையின் தரையெங்கும் சிந்தியது.

தோட்டத்தில் மணிக்கி சரிந்து விழுந்த இடத்தில் சல்லித்துத் தேடியும் அவள் அணிந்திருந்த செருப்பிணிகெ* அணியும், தங்கக் கம்மலும் கிடைக்கவில்லை. ஒருவேளை அவளைத் தூக்கிச்சென்றபோது விழுந்திருக்கக்கூடுமோ? என்று வழியெங்கும் பலமுறை தேடியும் பயனில்லை. அது கிடைத்திருந்தால் அடுத்தக்கட்ட செயல்பாட்டிற்கு உதவியிருக்கும். வேறு வழியில்லை. இந்தத் தோட்டத்தைத்தான் லீசுக்கு தந்தாக வேண்டுமென்ற நிலை.

பரலகம்பை ஊருக்கு மணம்முடித்துக் கொடுத்த தன் இளையமகள் தன் நகையைக் கழற்றித் தந்தபோது ‘இல்லை இல்லை.. பணம் பிரட்டியாகிவிட்டது.’ என்றான் மாதன். யாருக்கும் தொல்லைத்தர எண்ணாத அவனின் குணம் என்றும்போல அவனை அழுகையாலேயே அணைத்தது.

இதுவரை யாரிடமும் உதவிக்குக் கையேந்தாத அவனிடம், எதிர்பார்க்காமல் மகாலிங்கன் அத்தோட்டத்தை லீசுக்குக்

* வெள்ளியால் ஆன அணிகலன்வகை

கேட்டபோது அவன் மலைத்தான். கடந்தமாதம் 500 ரூபாய் முன்பணம் கேட்டுப்பெற்றவனின் கரத்திலிருந்த 50,000 ரூபாயை மகிழ்வுடன் பெற்றுக்கொண்டான். கத்தையான அந்த நோட்டுகள் முழுக்க மணிக்கியின் அந்த ஆபரணம் மின்னிக்கொண்டிருந்தது.

கண்களில் நீர்பனிப்ப, இன்று மீண்டுமொருமுறை மணிக்கி விழுந்த அந்த இடத்தை நோட்டமிட்டான் மாதன். விலைபோன பின்பும் தன் நிலத்தின் கலையைக் காத்துக் கொண்டிருந்தான். மணிக்கியின் நோய்காக்கக் குடிச்சென்ற வெப்பப் பிரதேசமான காரமடையிலிருந்து திரும்பும்போதெல்லாம் 'எதகெ...அந்தப் பையத் தோட்டத்த கெடுத்துடுவா ஜாக்கிரதே..' எனும் மணிக்கியின் வார்த்தைகளை அவனுக்கு நொடிக்குநொடி மீட்கொணர்ந்து கொண்டிருந்தன அவளின் நினைவுகள். தேநீர் வேளையை எதிர்நோக்கிக் காத்திருந்தன கரிக்குருவிகள்.

மற்ற தோட்டங்களில் கொடுப்பதைவிடவும் 30 ரூபாய் குறைவாகவே மாதனின் கூலியிருந்தது. எனினும், தனக்குச் சோறிட்ட தோட்டத்தின்மீது கொண்ட அன்பால், அங்கேயே கூலிக்குத் தொடரும், நன்றிக்கு வாழும் ஜீவனான அவன் அவ்வூராருக்குப் பைத்தியக்காரனாகவே தொடர்ந்தான். ஏன், மகாலிங்கனுக்குக்கூடதான்.

நாளை ஆறுமணி பேருந்திற்குக் கீழே கிளம்பும் அவசரமிருந்தும், தன் தலையின்மீது இலை மூட்டையைச் சுமந்துகொண்டே செடிமீது விழுந்திருந்த சைபர் மரத்தின் இலைகளை அகற்றிக்கொண்டிருந்தான் மாதன். அடுத்தவாரத்துக் கூலியில் பிடித்துக்கொள்ள சொல்லி அவன் கேட்ட 500 ரூபாய் முன்பணத்திற்கு முகம்சுழித்துக் கொண்டே பதிலின்றி நகர்ந்தான் மகாலிங்கன். கரிக்குருவிகளின் கீச்சொலியோ மாதனுக்காய் தொடர்ந்து பெருகியது.

0.2

"அண்ணா, வண்டிக்கு சொல்லியாச்சா..."

"சார், பேசுனே... அவர் டிரைவிங்லே இருந்தாரு... அப்புறமா கூப்புடுறேனு சொன்னாரு.. இப்போ பேசிடறேன் சார்..."

"பரவாயிலே அண்ணா... அண்ணா, வாடகெ மட்டும் எவ்வளவுனு கேட்டு சொல்லுங்க....

கோத்தகிரிக்கு டிராப் பண்ணா போதும்...."

“சரிங்க சார்.. சொல்லிடறேன்.... சார், தக்காளி கால்கிலோ போதுமா?”

“போதுண்ணே... ஊர்லே பசங்கள விட்டுட்டு வரனும்... வந்துட்டு பாத்துக்கலா... வாங்கிவச்சா வீணாகுது... அப்படியே கால் லிட்டர் எண்ணெ கொடுங்க..”

“சார்... இப்பல்லா கால் லிட்டர் எண்ணெ வர்றதில்லெ...”

“அப்படியா.. சரிண்ணே.. அப்போ 100 கிராம் தேங்கா எண்ணெ கொடுத்துருங்க..”

அவன் கணித்து வைத்ததைப் போலவே 100 ரூபாய்க்கு உள்ளாகவே செலவுகளைப் பார்த்துக் கொண்டான். மனைவி சொன்ன பொருட்களுள் மிகவும் அத்தியாவசியமானதை மட்டும் வாங்கினான்.

“அண்ணே, மறந்துட்டே.. தேசைமாவு, 10 ரூபா மில்க் பிக்கிஸ்....”

“வேறே சார்...”

“அவ்வளவுதான்... “

“எவ்வளவு அண்ணா...”

“143 ரூபா சார்...”

பணப்பையில் இருந்த 200 ரூபாய் தாளை எடுத்துக் கொடுத்தால் ஊருக்குச் செல்வதற்கு அவன் கணித்திருந்த வாடகைக்கு 100 ரூபாய் போதாமல் போகும். இந்த 200 ரூபாயைக் கொடுத்து 100 ரூபாயை மட்டும் எடுத்துவிட்டு மீதியைக் கொடுக்க கேட்பதும் முறையாகாது. தன்னைத்தவிர வீட்டிலுள்ள அனைவருக்கும் பயணத்தில் வாந்தி எடுக்கும் பழக்கம் உண்டு. அப்போதெல்லாம் ‘கொஞ்சப்பனை’ பேருந்து நிறுத்தத்திற்கு அருகிலிருக்கும் தேநீர் கடையில் தேநீர் குடித்துவிட்டு செல்வது வழக்கம். ஒருவேளை அவ்வாறு நேர்ந்த தேநீருக்குப் பணம் என்ன செய்வது... அந்த டீக்கடைத் தாத்தா கட்சி ரீதியாக பெரியப்பாவின் அபிமானி என்றாலும் அவரிடம் கடன்சொல்வது முறையா... எனும் எண்ண விவாதங்கள் அவனுக்குள் தொடர்ந்தன. சரி, வேண்டுமென்றால் வீட்டிலேயே தேநீர் தயாரித்து எடுத்துக் கொள்ளலாம் என்று நினைத்தான்..

‘ரெண்டு எலுமிச்சம்பழம் அண்ணா...’

‘இப்ப மொத்த எவ்வளவு ...’

‘163 ஆச்சு சார்...’

`போனை எடுத்தான். ஜீபே யில் இருக்கும் இருப்புத் தொகையைப் பார்த்தான். 32 ரூபாய் இருந்தது. இந்த 32 ரூபாயை ஜிபே வழியாக அனுப்பிவிட்டு மீதித் தொகையைத் தரலாம் என்றால் வண்டி வாடகைக்கான 1200 ரூபாய்க்குப் போதாமல் போகுமே. இதுவரை இந்தக் கடையில் கடன்கூறியது கிடையாது. அதுவும் அவனை உறுத்தியது. பொதுவாக கடன்கூறுவது அவனது பழக்கமுமல்ல. அவனது யோசனை நீடித்தது.

தன் தோள்பையில் உள்ள சில்லறைகளைத் துழாவி மீண்டுமொருமுறை மானசீகமாக எண்ணினான். ஒரு 20 ரூபாய் தேறலாம். தன் `போனை நோண்டிக்கொண்டே யோசித்து நின்றான். `போனில் பேசிக்கொண்டிருந்த அண்ணாட்சியைப் பார்த்தான். அவர் வண்டி ஓட்டுனரிடம் பேசிக்கொண்டிருப்பது அவனுக்குப் புரிந்தது.

தெரிந்தவர்கள் எல்லோரிடமும் கேட்டாகிவிட்டது. எல்லோரின் நிலையும் இதுதான். ‘ஊருக்குவர பணம் இருக்கிறதா? இல்லை, நான் போடவா?’ எனக் கேட்ட தந்தைக்கு அவரின் சிரமம்கருதி இருக்கிறது என்று சொல்லியாகிவிட்டது. இதற்குமேல் அவரிடம் கேட்டாலும் கோத்தகிரிக்கு வந்து அனுப்பும் சூழல் இருக்காது. அன்றாடம் பணம்பெற்று அளிக்கும் பல்லவன் வங்கியின் அனீசும் பணிக்குச் சென்றிருப்பான். சரி.. தேவைப்பட்டால் நாளை பார்த்துக்கொள்ளலாம் என்று எண்ணினான்.

“சார், டிரைவர்தான்... ஆம்னிவேன் மட்டும்தா இருக்கா.. மற்ற வண்டியெல்லாம் ஆர்டர் போயிருக்கா. மத்த வண்டியெல்லா 1700 ரூபாய்க்குக் கொறச்சல இல்லையாமா... ஆம்னி வண்டியானதாலே நாமக்காக 1400 க்கு வர்றேங்கராரு. என்ன சொல்ல... உங்கள கேட்டுட்டு கூப்புடுறேனு சொல்லிருக்கே... என்ன பண்ணலாம் சார்....”

அவனது யோசனை மேலும் கூடியது. ‘இருப்பதே அவ்வளவு பணம்தான். இப்போது வாங்கிய பொருளுக்குவேறு பணம் தரவேண்டுமே...’

“சார், சீக்கிரம் சொல்லுங்க... வேறேஒருத்தரும் கேட்டிருக்காங்கபோல. அது 2000 ரூபாய் வாடகையாம். நமக்காகதா அங்கிட்டு பதில்சொல்லாம காத்திருக்காப்லே.. டிலே பன்றது நல்லயில்லெ சார்...”

“சரி அண்ணா. எனக்கொரு உதவி. இப்ப நா வாங்குன செலவுக்கு ஊரிலிருந்து வந்ததும் பணம் தந்திரட்டா?..”

“ஓகே சார்...”

“அப்ப சரிண்ணா.... அவருக்கு ஓகே சொல்லிடுங்க... நாளிக்கு சரியா 6 மணிக்கு ரெடியா வரச்சொல்லிருங்க. அப்படியே அவருடைய போன் நம்பரையும் அனுப்புங்க. காலேஜிலிருந்து வந்தவுடனேயே கிளம்பறமாதிரி இருக்கு...”

“சரிங்க சார்....”

“சரிணே.. நா வர்றே...”

“சரிங்க சார்...”

அவனது மனது லேசானது. கண்களில் சற்று தெளிவு பிறந்திருந்தது. திரும்ப வந்ததும் பார்த்துக் கொள்ளலாம் எனும் தெம்பு வந்தது.

காலையில் கல்லூரிப் பேருந்துக்குக் கிளம்பி வந்திருந்தபோது ஒரு கூட்டத்தினர் தேன் விற்றுக்கொண்டிருந்த இடத்தை அவன் கவனமாகக் கடந்தான். தேன்வாங்க வருபவர்களை வைத்துக்கொண்டே, அரிந்துவந்த தேன்கூட்டைப் பிழிந்து தேன் எடுத்துக் கொடுத்தனர் அந்தக் கூட்டத்தினர். அவர்கள் அமர்வதற்காக இட்டிருந்த கல்லைக்கூட ஒதுக்காமல் சென்றிருந்தனர்.

ஆங்காங்கே ரோட்டில் இறந்துபோன தேனீக்களும், பிழிந்த தேன்கூட்டின் சக்கைகளும் பரவிக் கிடந்தன. அதில் சில தேனீக்கள் குற்றுருயிரும் குலையுயிருமாக இறுதி ரீங்காரத்தை எழுப்பிக் கொண்டிருந்தன. அந்த இடத்தை மொய்த்திருந்த காக்கைகள்வேறு கண்கொத்திப் பாம்புகளாய், இதுவரை தாம் உண்டதுபோக மீதம் வைத்திருந்த தேனீக்களுக்காய் காத்திருந்தன. அவனது நகர்வை எதிர்பார்த்திருந்தன.

அவன் அங்கிருந்து நகர தாமதித்தான். பிறழ முயன்ற தேனீயொன்று தன் சிறகை அகலநீட்டி பறக்கமுயன்றது.

சிறகிருந்தும் பிடுங்கப்பட்ட பறத்தல்தான் எவ்வளவு கொடுமையானது. சற்றுத் தொலைவில் காக்கைகளின் சிறகுகளும்கூட விடாமல் புடைத்திருந்தன.

மகனுக்கு வாங்கிய பிஸ்கட்டை உடைத்தான் அவன். அந்த இடத்திலிருந்து சற்றுத்தள்ளி பரப்பி வீசி எறிந்தான். கரைந்து கொண்டே அந்தக் காக்கைகள் அந்தப் பிஸ்கட்டுகளைக் கொத்தின. எனினும், சில காக்கைகளின் பார்வை பறக்கத்துடிக்கும் தேனீக்களின் மேலேயே நிலைத்திருந்தன. அவன் நகர்ந்தான். மனது கேட்கவில்லை. நகரத்தான் வேண்டும்.

திடீரென்று பெய்த சாரல்மழை அவனுக்குச் சற்று நிம்மதியை அளித்தது. எஸ்.எம்.பி வீட்டின் ஜெனரேட்டர் சப்தம். எங்கோ தூரத்தில் இடிமுழக்கம். மின்துண்டிப்பிற்கு அவர்களுக்குக் காரணம் கிடைத்தாகிவிட்டது. ஏன், தூக்கத் தொலைப்பிற்கும் கூடதான். யாரோ நிம்மதியாய் உறங்க ஓயாமல் ஓடிக்கொண்டிருந்த ஜெனரேட்டரின் பேரிறைச்சலுக்குள் ஒட்டியிருந்த தன்வீட்டில் உறக்கம் தொலைத்த இரவுகளை எண்ணிப்பார்த்தான். அறிவிக்கப்படாத மின்வெட்டுக்குள் அறிவிக்க முடியாத அறிவிப்புகள்தான் பல பல.

“அப்பாடா.. ஏங்க இவ்வளவு நேரம்..”

முன் அறையின் நடுத்தரையில் வெறும்உடலோடு படுத்துக் கிடந்தான் மூத்தமகன்.

“காலேல போன கரண்ட்.. இன்னும் வரலே...”

நாளைய புறப்பாட்டிற்குத் தயாராக வைக்கப்பட்டிருந்த பைகளை ஒதுக்கி வைத்து உள்ளே நுழைந்தான் அவன்.

“சிட்டா... அப்பா வந்துட்டாருடா... உனக்கொரு ஜோலி வங்கிவந்திருக்காரு... சீக்கிரம எழுந்திரு....”

என்று விளித்தாளவள்.

என்றும் அவன் வந்த மறுகணமே மிட்டாய்க்கு விரையும் அவன் அப்படியே படுத்துக் கிடந்தான். தன் கைகளை அகல விரித்தான். கையில் கோல் மிட்டாயோடு ‘டேய் சிட்டா’ என்றவாறு அவன் அருகில் அமர்ந்தான் அவன். மகனோ, திரும்பி அவனது கால்களைத் தன் இரு கரங்களாலும் பற்றிக்கொண்டான்.

“அப்பா, ஒரே சூடு... காதுகிட்டே கொசுவேற கொய்ங்கென சுத்துது... தூக்கமே வரலேப்பா... நாம எப்பப்பா ஊருக்கு போறோ..”

அவனது தலையைக் கோதியபடி,

“நாளிக்கு போயிடலாடா... ரெண்டு கம்பளி போத்திக்கிட்டு ஜாலியா தூங்கலாம்

சரியா...”

தன் முகத்தைத் தரையில் அழுத்தி மீண்டும் கிடந்தான் அவன். அரிதினும் அரிதாக அந்த வீட்டில் பிரிக்கப்படாத மிட்டாய் எஞ்சியது.

வெளியே மழை வலுத்திருந்தது. மழையூடிவந்த காற்று அவ்வப்போது குளுமையை வார்த்தது. எனினும் மழைபெய்த வெக்கை புழுக்கத்தைக் கூட்ட, வாங்கிவந்த மணித்தக்காளியின் பூக்கள் தலை கவிழ்ந்திருந்தன.

1.3

ஓணிக்கொரெ ஆடாவில் முடிந்தளவிற்குப் பறித்துக்கொண்ட மரத்தக்காளியைச் செலவுப்பையின் மேலாக நசுங்கிவிடாமல் பத்திரமாக வைத்தான் மாதன். இந்தவாரம் தக்காளி வாங்கவேண்டிய அவசியமில்லை எனும் சிறுமகிழ்ச்சி அவனின் மனதில் தொற்றியிருந்தது. விலையில்லா அரிசி, மண்ணெண்ணெய் போன்ற வாங்கிவந்த செலவுகளையெல்லாம் பக்குவமாகக் கட்டினான்.

அரசுப்பேருந்தில் மண்ணெண்ணெயைக் கொண்டுசெல்ல அனுமதி கிடையாது. ஆனால், கோத்தகிரியிலிருந்து நேரடியாக பழனிக்குச் செல்லும் பிற்பகல் 3.30 மணி பேருந்து நடத்துனர் கோவிந்தனுக்கும் அவனுக்கும் ஒரு நெளிவு சுழிவு இருந்தது. மண்ணெண்ணெயின் வாசம் மட்டும் வராமல் பார்த்துக்கொள்ள வேண்டும் என்பது மட்டும் அவர்களுக்கிடையேயான ஒப்பந்தம். இதற்கெனவே தம் நிலத்தில் விளைந்திருந்த நன்கு வாசம்தரும் ஹட்டி* கொத்தமல்லியை அந்தப் பை முழுதும் பரப்பி எடுத்துச்செல்வது அவனின் வழக்கம். அப்பேருந்தில்

* ஊர்

50 ரூபாய் அளித்துப்பெறும் பயணச்சீட்டிற்கு எப்போதும் அவன் சில்லறை வங்குவதில்லை. இந்த அன்பின் ஒப்பந்தம் நீண்டுக்கொண்டிருந்தது.

மாதனின் போனில் உள்ள சொற்ப தொடர்பு எண்களுள் கோவிந்தனின் எண்ணும் ஒன்று. கோவிந்தனின் அப்பா போத்தன் பெரம்பலூரிலிருந்து நீலகிரிக்கு வந்த புதிதில் அவர்களுக்கான ஒருவேளைச்சோறு மாதனின் இல்லத்தில்தான். போத்தன் உண்டதுபோக அவனின் வீட்டாருக்குத் தூக்குக் கிண்ணியில் இட்டளித்த களி உருண்டையின் நன்றி கோவிந்தனுக்கு எஞ்சி இருந்தது.

ஆறு ஆண்டுகளுக்கு முன்பு கோவிந்தன் வாங்கிய இந்த நடத்துனர் வேலைக்குக் கொடுத்த கையூட்டில் மணிக்கியின் முன்கை வளையை அடமானம் வைத்தளித்த தொகையின் பங்கிருந்தது. கோவிந்தன் நாளைய சிப்டிற்கு வருவானா என்பதை அவனுக்கு அழைத்து உறுதிப்படுத்தினான் மாதன். *'ஆ... சரி'* என்ற இரண்டு வார்த்தையோடு அந்த வாடிக்கை உரையாடல் நிறைவுற்றது.

அடுத்தநாள் எல்லாமும் தயாராக இருந்தது. மணிக்கிக்கு மருந்துவாங்க குறையும் *500* ரூபாய்க்கு மகாலிங்கனை எதிர்பார்த்துத் தோட்டத்தில் காத்திருந்தான் அவன்.

காரமடைக்குச் செல்லும்போதெல்லாம் காலை 7 மணிக்கே தோட்டத்திற்கு வந்துவிடுவான் மாதன். சரியாக ஒரு மணிக்கு கிளம்பிவிடுவான். எனினும், அன்று அவனுக்கு அரைநாள் கூலிதான். அன்று அவன் வாங்கிவந்த ரொட்டிகள் முழுதும் கரிக்குருவிகளுக்கே வாய்த்திருக்கும். அதன் கீச்சொலிகளுக்கும் குறைச்சலிருக்காது.

மாதன் கேட்டிருந்த முன்பணத்தைத் தரவேண்டுமென்றே அன்று மகாலிங்கன் தோட்டத்திற்கு வரவில்லை. அதுபோனால் போகட்டுமென்றால் அன்றைய கூலியும் அவனுக்கு இல்லை. அவனிடம் பணம் கேட்டதையெண்ணி மாதனின் சுயம் அவனைச் சுட்டது. 'ஏய், சுவ்வெ கூசு' என்று முனங்கியபடி பறித்திருந்த இலை மூட்டைகளை அவனுக்குச் சிரமம்தர மனமின்றி தூக்கிச்சென்று இலை வண்டிவரும் இடத்திற்கு அருகிலுள்ள கவ்வாத்துக் கால்வாயில் வைத்துச் சாக்கால் மூடினான். ரோட்டின் மேற்புறம் புதரில் மறைந்திருந்து மாதனின் புறப்பாட்டிற்காகக் காத்திருந்தான் மகாலிங்கன்.

எல்லோரும் தோட்டத்திற்குச் சென்றிருப்பார்களே. யாரிடம் சென்று பணத்தைச் சமாளிப்பது என்ற சிந்தனையோடு நடையை விரைவுப்படுத்தினான் மாதன். இதற்குமுன்பு மூச்சுத் திணறலிற்கான அம்மருந்தினைவாங்க இயலாமல் போனதுண்டு. அவ்வேளையில், கனமான பருத்தித் துணியை நெருப்பில் சூடேற்றி மணிக்கியின் மார்பில் ஒற்றடம்தர அது கொஞ்சம் பலன்தரும். மறக்காமல் கடந்தவாரம் கிழிந்துபோன போர்வைத் துணியை எடுத்துக்கொள்ள வேண்டுமென்ற எண்ணம் அவனின் மனம் முழுதும் கனன்றது.

சீகைமேடு வழியில் இறங்க நேரமின்றி அட்டைகள் நிறைந்த ஓணியில் துணிந்து இறங்கி நடந்தான். காலைமுதல் அடித்த வெயிலில் நிலத்தின் சகதி சற்றுப் புலர்ந்திருந்தது. கீழே உதிர்ந்திருந்த பிக்கெ பழங்களைப் பொறுக்குவதற்குக்கூட நேமின்றி கடந்து சென்றான்.

அவன் எதிர்பார்த்ததைப் போலவே எதிர்பார்த்தவர்கள் யாருமில்லை. என்றும் எஞ்சி நிற்கும் பார்ப்போம் என்ற நம்பிக்கையோடு நகர்ந்தான். பழனி பேருந்து புறப்பட்டது.

0.3 - 1. 3

இறுதிநேர வகுப்பினை எடுக்கும்போதே அவனுக்கு இருப்புக் கொள்ளவில்லை. அவன் எதிர்பார்த்ததைப்போலவே நாளை விடுமுறை. இவ்வாரம் சனிக்கிழமை கல்லூரி இருக்குமென்று அனைவராலும் பரவலாகப் பேசப்பட்டது. ஆனால், அதுபோல் இல்லை.

ஊரிற்குச் செல்லும் ஆர்வம் அவனை மென்மேலும் ஊக்கமூட்டியது. என்றையும்போலன்றி ஐந்து நிமிடத்திற்கு முன்னமே கல்லூரிப் பேருந்தில் எறினான். மஞ்சடர்ந்த அவன் உலகம் அவனை ஆட்கொண்டிருந்தது. என்றும் தன் நிறுத்தத்தில் இறங்கும் அனைவரும் இறங்கிய பின்பே இறங்குபவன் அன்று முதலாளாக இறங்கினான்.

நேரம் *5.45*. அண்ணாச்சியைக் கண்டு இப்போதே வண்டியை வரச்சொன்னால்தான் சரி. வீட்டினை அடைவதற்குள் வண்டி வந்துவிடும். துணிமணிகளை மாற்றி குளித்துச்செல்ல நேரமில்லை. *6.15* மணியளவில் கிளம்பினால்தான் *8* மணிக்குள் வீடடைய இயலும். ஒருவேளை வாந்தி உபாதையினால்

இடையில் வாகனத்தை நிறுத்த நேரலாம். பொழுது சாய்ந்தப்பின் ஊர்த்திடலின்வழி குழந்தைகளை அழைத்துச் செல்வது மரபல்ல. வௌவாலின பறவைகள் குழந்தையைத் தாண்டிச் செல்வதாகாது. வாந்தி, காய்ச்சல், உடலிலிருந்து துர்நாற்றம் எழுதல் போன்ற ஒவ்வாமைகள் நேரும். தவிர்க்கவியலாதபோது இவ்வேளையில் குழந்தைகளுக்குக் குடைபிடித்து அழைத்துச்செல்ல வேண்டும். இதற்கெனவே துறையில் வைத்திருந்த குடையினைப் பையில் எடுத்து வைத்திருந்தான். அதை மீண்டுமொருமுறை சரிபார்த்தான்.

எதையெல்லாம் எடுத்துக்கொள்ள வேண்டுமென்று எண்ணிப் பார்த்தான். பேருந்தின் ஹாரன் ஒலி. ஏற்கனவே ஒதுங்கி நடந்தவன் மேலும் ஒதுங்கிக் கொண்டான். அவனருகே திடீரென்று பழனிப்பேருந்து வந்துநின்றது. அதிலிருந்து வேகமாக இறங்கி வந்தான் மாதன்.

"ஏ.. தம்மா*... கடவுள கண்டதபோல.. எனக்கு அவசரமாக 500 ரூபாய் பணம் வேணுமே... பாட்டிக்கு மருந்து வாங்கணு..."

என்று தன் உள்ளங்கைகளைப் பிடித்துக்கொண்டு அவர் கேட்ட மறுகணமே,

"அதுக்கென்ன ஐயா. இந்தாங்க.. 500 போதுமா..." என்று சில நாட்களாகப் பொத்திவைத்த 500 ரூபாய் தாளோடு 200 ரூபாயைச் சேர்த்தெடுத்து நீட்டினான்.

"ஏய்... 500 போதும்.."

என்று அவன் மறுக்க, அந்த நோட்டுகளைச் சுருட்டி மாதனின் சட்டைப் பாக்கெட்டிற்குள் திணித்தான்.

"சொன்னா நீ கேட்கமாட்டே... ஆ...."

பேருந்தின் ஹாரன் ஒலி...

"எனக்காக பஸ்சு நிக்குது.... நல்லது.. உனக்கு இத அடுத்தவாரோ தந்திடுரே.. நான் வரவா.."

என்றவன் அவன் கையில் கொண்டுவந்திருந்த பையிலிருந்து 'பிக்கெ' பழங்களை அள்ளி, அள்ளி அவனது கையில் நிரப்பினான். திரும்ப ஓடிச்சென்று பேருந்தில் ஏறிக்கொண்டான். ஹாரன்

---

* தம்பி

ஒலியோடு பழனிப்பேருந்து கடந்து சென்றது. மாதனோடு கோவிந்தனும் கையசைக்க விடைபெற்றனர்.

அவனது ஊரான ஒரசோலையின் ஊர்திடலிலுள்ள பிக்கெ மரம் காய்க்கும் காலத்திலெல்லாம் அதிகாலையில் முதல் ஆளாக, மரம் உதிர்த்திருக்கும் பழங்களைப் பொறுக்கி வருவது மாதனின் வாடிக்கை. அதுமட்டுமின்றி பிக்கெ பழங்களை எங்குக் கண்டாலும் அதன் அருமைகருதி அங்குச் சிந்தியுள்ள பழங்களைப் பொறுக்காமல் அவன் கடப்பதில்லை. அதிகாலையில் விழிக்கும் பழக்கமும், தமது முன்னோர்த் திடலில் உள்ள மரத்தை வழிபடும் தம் ஆதிவழிபாட்டு மரபும் அவனுக்கு இதை வழக்கமாக்கியிருந்தது.

கட்டியுள்ள தன் முண்டினை மேலே மடக்கிச் சுற்றி, அதில் சேகரித்திருந்த பிக்கெ பழங்களோடு மாதன் முதலில் அவனது வீட்டிற்குத்தான் செல்வதுண்டு. உறங்கிக் கொண்டிருக்கும் அவனை எழுப்பி, கொஞ்சம் பழங்களைத் தந்துவிட்டே தம் வீட்டிற்குச் செல்வது அவரின் வழக்கம். சில நாட்களில் எவ்வளவு எழுப்பியும் அவன் எழுந்திருக்காதபோது தவறாமல் அவனது பங்கு அவனின் தலைமாட்டில் கிடக்கும். சில ஆண்டுகளுக்கு முன்பு மாதன் பேருந்தில் தவறவிட்ட 500 ரூபாய் பணத்தை மீட்டுவந்து அவன் அவரிடம் தந்ததுமுதல் உண்டான இந்த அன்பு இன்றும் தொடர்ந்தது. அதிகாலையில் பல் விளக்காமல் பிக்கெ பழத்தை உண்ணும் அவனைவிட, அதைத் தந்த மாதனையே அவனது தாய் அதிகமாகத் திட்டுவதுண்டு.

அன்றும் ஜெனரேட்டரின் இரைச்சல். அதே நடு அறையில் மகன் அம்மணமாய் உறங்கினான். இரவெல்லாம் உறக்கம் கொள்ளாது பின்னிரவில் சற்று அயர்ந்துபோன அவன் ஏதோ சப்தம்கேட்டு எழுந்தான். மெழுகுவர்த்தியின் வெளிச்சத்தில் மனைவி உணவுத் தயாரித்துக் கொண்டிருந்தாள். சமையலறையின் உள்ளே நுழைந்தான். எடுத்து வைத்திருந்த வெள்ளைப் பூண்டை உரிக்கத் துவங்கினான்.

"இன்னிக்கு ஒரு நாள் லீவு போட்டால் என்னவா....

கொழந்தெ எவ்வளவு ஆசேப்பட்டா தெரியுமா?

என்னாலேயே இந்த வெக்கெய தாங்க முடியலே...

பாவம்.. கொழந்தைக எப்படி தாங்கு...

முன்னாடியே சொல்லியிருந்தாகூட எங்கள கூட்டிட்டுப்போக அப்பாவ வரச் சொல்லிருப்பே..."

இன்னிக்குக் காலேஜ்னு நேத்தே ஒரு போன் பன்னி சொல்லியிருக்கலாம்தானே..."

என்று ஆற்றாமையின் அனல் சன்னமாய் பரவிக் கொண்டிருந்தது. அதோடு, நேற்று உண்டதுபோக மீதமிருந்த பிக்கெ பழங்களின் வாசமும் அவ்வறை முழுதும் பரவியிருந்தது.

"அண்ணா, டிப்பார்ட்மெண்ட் சாவி வேணு..."

"வாங்க சார், இன்னிக்கு லீவில்லெ?"

"ஆமா அண்ணா. கொஞ்ச வேலெ இருக்கு அண்ணா..."

காப்பாளரிடமிருந்து சாவியை வாங்கி நடந்தான்.

வழியெல்லாம் கொன்றைமலர்கள் உதிர்ந்திருந்தன. இன்று அவை கூட்டி குவிக்கப்பட போவதில்லை. உதிர்தலுக்கு ஏது விடுமுறை. உதிர்தலின் உறுத்தலுக்கல்லவா விடுமுறை.

மகன் எழுந்ததும் மீதமிருந்த பிக்கெ பழங்களை உண்டிருப்பான். ஒருவேளை, பல்லை விளக்காமலும்கூட உண்டிருக்கலாம். ஆனால், அதற்காக இம்முறை திட்டு மாதனுக்கு விழப்போவதில்லை.

கனலி, ஆகஸ்டு, 2022

ஜள்ளெ

1

"*கள்ளா! ஏய்... கள்ளா!
இன்னு என்னதா பன்னுற...
எவ்ளோ நேரந்தா காத்திருக்குனுமோ...
ஏய்... கள்ளா! கள்ளா!*"

குனிக்கியின் ஓலம் அந்த அடர்காட்டின் காதுகளை அடைத்தது.

சில்லிடும் பனிக்காற்று, பொழியும் நிலா, சீகூரிப்* பூச்சிகளின் இரைச்சல், மென்மையாக அசையும் மரங்களின் இலைகள்... அந்த உலகம் வருணனைக்கு அப்பாற்பட்டது. ஆதியின் அத்தனைச் சுவடுகளும் அதற்குள் அடக்கம். அதன் அடக்கத்துள் குனிக்கியின் கணவன் கோடனும் ஒருவன்.

பெண்கள் அணுகவியலா அந்தத் 'தொட்டசோலெ' அடர்ந்த காப்புக்காடு. அது, மனிதஉடல் கடந்த பல்லோர் உறையும் இடமென்பது நம்பிக்கை.

'ஜக்கக்கம்பை' ஊரில் தொடங்கி 'சிரியூர்' வரை நீளும் பேருலகம் இது. உள்ளே நுழைந்ததும் ஆதியால் அணைத்துக் கொள்ளுமது. வெளியே வரும்வரை எவ்வளவு முயன்றாலும் அது விடாது. அந்த விடாத உலகம் குனிக்கியையும் விடாது பிடித்திருந்தது.

---
* மழைக்காலத்தில் இரையும் ஒருவகைப் பூச்சி

கோ. சுனில்ஜோகி

பாதைதெரியாது தடுமாறுவதைவிடவும், கற்பனைக்கெட்டாத பெருநிலமொன்றில் தொலைந்த ஒன்றினைத் தேடுவது அவ்வளவு கடினமானது. அது பெரிய காட்டு ஆட்டினுடைய பெரும் ஜள்ளெ* ஆக இருந்தாலும் அது சிறு கடுகினும் நுண்ணியது.

பல்லைக் கடித்துக்கொண்டே உறுமும் சப்தம். ஒருவகையில் சீழ்க்கைக் கலந்த மிரட்டும் சப்தமும்கூட. அது மனிதனா? அல்ல, அல்ல... மிருகமா?... அல்ல, அல்ல... இரண்டும் கலந்த கலவையா? ஆம்.. ஆம்.. அதேதான். மிருகமல்ல... ஒருவகை மனிதன்தான். ஆனால், மிருகம் மிகுந்த மனிதன். மனிதம் மிக மிகக் குறைந்த மிருகம்.

பல நூற்றாண்டுகளாக ஓங்கிவளர்ந்த பைகெ** மரத்தின் பொந்துதான் அதற்கான இடம். வழிதவறி, அந்தக் காட்டிலோடிய எருமைகளைத் தன்பக்கம் இழுப்பதே, அதை கண்ணியாய் வைத்து நரபலிக் கொள்வதே அதன் சீழ்கை உறுமலின் நோக்கம். அதை அறிந்துகொண்ட முதி*** எருமைகள் அவ்வளவு எளிதில் அதனிடம் அகப்பாடா. அதுகுறித்த அனுபவம் சற்று பிசகினாலும் அவ்வளவுதான். நேராக பலிபீடம்தான்.

சொறி இலையை எருமையின் குதத்தில்தடவி, அதை விடாது கனைக்கச்செய்யும் தந்திரதாரி அது. யார் தொட்டாலும் சொறியும் அந்தச் சொறியிலைக்கே சொறிதரும் அதன் இருள் கரங்கள் பல சாபங்களின் ரேகைகளைச் சுமந்தவை.

அந்தச் சொறியிலையைக் குதத்தில் முதலில் படுக்கத் தேய்த்து, அடுத்து நிமிர்த்தித் தேய்த்து, நிறைவாக, மடக்கித் தேய்த்தால் சிக்கிக்கொண்ட எருமையின் அலறல் காடதிரும்.

பெரும்பாலும், அதனிடம் சிக்குவது குதம் முற்றாத இளம் எருமைகளே. அவை, குதம் சிவந்து, துடிதுடிக்கும். சுற்றி நிற்கும் ஈரம் கசியும், பாசிப்படர்ந்த பாறைகளில் குதத்தைப் பறக்கத் தேய்த்து வலிதாளாது பின்னங்காலில் எம்பிக் குதிக்கும்.

சருகடர்ந்த ஈரமண்ணில் பதியும் 'குதக்... குதக்...' எனும் அந்த ஒலி கருணையின்மையின் இதயத்துடிப்பொலி. இதயத்தைத் துடிக்கச்செய்யும் ஒலி. மஞ்சு சூழ்ந்த, தீமையின் நிலத்தின் கொடும் இடியொலி. அடர் இருட்டில், நிலவின்

---

* மாமிசத்தின் பெரிய துண்டு

** வாகை

*** மூத்த

பிசிரொளியும் நுழையவியலாத, தீமையால் மேலும் இருளை அப்பிக்கொள்ளும் அந்த இருள்சூழ்க் களத்தில் அகப்பட்ட எருமையைக் கணிக்கும் இறையொலி. மீட்சிக்கு வருவோனையும் மீட்கவிடாமல் செய்துவிடும் இரையொலி. அகப்பட்ட தீமையை அடி அகத்திற்கு உணர்த்தும் சிறைவைப்பின் உள்ளொலி.

"குனிக்கி.. குனிக்கி.. அதேதான்... அவளே தான்..

இனியும் பொறுக்க முடியாது...

வாராத வம்பு வர்றதுக்குள்ளே போயாகனும்..

இதோ வந்துடறேன்... கதவ சாத்திக்கோ..."

உறங்காமல் தவிக்கும் 'முதி' எருமையை ஓட்டிக்கொண்டு கோடன் அங்குதான் விரைந்திருந்தான்.

மீட்பரின் தீப்பந்தத்தின் ஒளி தூரத்தில் கண்ணில் பட்டதும், ஐவர் இணைந்தாலும் பற்றமுடியாத அந்தப் 'பைகெ' மரத்தின் உச்சிமேல் சடசடவென சத்தமின்றி ஏறி, இரவாட, இறையாட தயாராகும் அதனைக் கணிப்பது பெருங்கடினம்.

தீப்பந்தத்தை மேல்நோக்கிப் பிடித்து வந்தால் அதன் முதலறை முகத்தில்தான். கீழ்நோக்கிப் பிடித்து நெருங்கினாலோ முதலடி அடிவயிற்றுக்கு. சுருண்ட கரிய மயிர்மண்டிய தன் கைப்புடைக்க அது காத்திருக்கும்.

அதன் குணமறிந்தோர் இடக்கரத்தில் பந்தத்தைப் பிடித்து, அதை இடப்புறமாக நீட்டிச் செல்வர். அதனைத் தகர்க்க அதுதான் முதல் தந்திரம். அப்படி வரும் கோடனைக் கண்டதும் அதற்குக் கோபம் கூடியிருக்கும்.

'என்னை அறிந்த ஒருவனா? இல்லை.. இல்லை... ஏற்கவியலாது... அவனை...'

அது கீழே இறங்கி சொறிச்செடியுடன் இருளில் மறைந்திருக்கும். மரத்தின் வேர்மண்டிய பள்ளத்தில் சிலந்தி வலைபோல் காத்திருக்கும். அருகி வந்ததும் அவ்விலையைக் கொண்டு நொடிநேரத்தில் கண்ணைத் தாக்கும்.

நிலைதடுமாறி, நிலைகுலைய அவ்வடர்காட்டின் ஆழம்தெரியாத 'தோடே' பள்ளத்தில் தள்ளி உயிர்க்காவு வாங்குவதே அதன் அடுத்தத் திட்டம்.

அதையும் அறிந்துபோய், அவசரமாய் நெருங்காது, சில நொடிகளுக்குமுன் மீண்டும் குதத்தில் தேய்த்த சொறி யிலையின் தாக்கத்தால் அரற்றும், அருகே வந்துவிட்ட மீட்பனின் வாசத்தால் சற்று தெம்படைந்து, 'பைகெ' மரத்தின் இளம்வாதால் கட்டப்பட்ட பின்னங்காலை நகர்த்தமுடியாது முன்னங்காலை எக்கி முந்த, முடியாது தரைபிளற அடிக்கும் அப்பிணையெருமையின் உணர்வுநிலையோடு உடனே ஒன்றாது, சற்று தூரத்தில் நின்று, பொறுமைகாத்து, பந்தத்தை வட்டமாகச் சுழற்றி, தலைப்பாகையின் கட்டவிழ்த்து அடிவயிற்றில் நன்குசுற்றி, துளியும் அச்சம் காட்டாது, பந்தம் நிகர்க்க விழிப்பது மீட்டலுக்கான இரண்டாம் தந்திரம். இரண்டாம் நிலையிலும் கச்சிதமாய் கோடன் நின்றிருப்பான்.

அந்த இரண்டாம் சீண்டலைப் பொறாது, குழியில் பதுங்கி யிருந்த அது அசைக்கவியலாத மரத்தை அசைத்து, கிடைத்த பெருங்கற்களையெல்லாம் பள்ளத்தில் வெகுண்டெறிந்து, தன் உறுமலை வெகுவாய் கூட்டி, கையில் சொறியிலையோடு சுற்றி சுற்றித் தாவி, அச்சமூட்ட முயற்சித்து, நிறைவாய் மீண்டும் அவ்விளங்கன்றின் குதம் தீண்ட நிற்பதுதான் அதன் அடங்காத சினத்தின் அடுத்தநிலை.

அதற்கும் துளியும் அஞ்சாது, அதனினும் காட்டமாய் மறு உறுமல் எழுப்பிக்கொண்டே, அழைத்துச் சென்ற 'முதி' எருமையின் வாலினைப் பிடித்துக்கொண்டே, மீட்க முன்னகரும் காப்பு யுக்தியில் கோடனின் அடுத்தநிலை தொடர்ந்திருக்கும்.

பிணை எருமையின் கனைப்பொலியோடு முதியெருமையின் கனைப்பும் சேர, மீட்கும் முனைப்பில் பந்தத்தைச் சுழற்றிக்கொண்டே கோடன் முன்னேறியிருப்பான்.

மனிதர்களின் கண்ணிற்குப் படும்முன்னமே 'முதி' எருமையின் காட்சிக்குப் பட்டுவிடும் அதன் உருவமும், மீட்சிக்காய் முதிஎருமையின் வாலைப்பிடித்த பொருள்பிடியும், மீளத்துடிக்கும் பிணை எருமையின் உணர்வும் ஒருங்கேகூட, 'முதி' எருமை தன் வளைந்த கொம்பால் நொடியில் அதனை முட்டித்தள்ள, சற்றும் தாமதிக்காமல் அது விழுந்த திசைநோக்கி பந்தத்தை நீட்டி, எரியும் அதன் அக்கினி நாவுகளுக்கு மந்திரித்துக் கொண்டுவந்த தூபத்தையிட்டு அதனைத் துரத்தி ஒழித்திருப்பான் கோடன்.

'முதி' எருமை முன்னும், மீட்டது நடுவிலும், பந்தமேந்திய கோடன் பின்னுமாகத் திரும்பிப் பார்க்காமல்

நடந்துவந்துகொண்டிருக்கும் அவனை வரவேற்க இன்றும் காத்திருந்தாள் குனிக்கி.

அவளின் முகமெலாம் பெருமிதம் சூடியிருந்தது. அது தன் கணவன்மீதான எல்லையில்லாத பெருமிதம். தன் மந்தையில் இறுதியாய் எஞ்சிநின்ற 'சாஜ' கால்வழியில் எஞ்சிய ஒற்றை எருமையை மீட்ட பெருமிதம். அதிலும், பெண் எருமையை மீட்ட பெருமிதம். இது பெற்றமகளை மீட்பதைவிடவும் மேலானது. எவராலும் நுழையமுடியாத, நுழைந்தாலும் தப்பிக்கவியலாத ஒன்றை தன் கணவன் பராக்கிரமம் செய்த பெருமிதம். ஆதியின் நுட்பங்களை அளவையாக்கி அளந்து வென்ற பெருமிதம்.

"ஏய் கள்ளா... ஏய் கள்ளா...

ஏன் இவ்வளவு நேரம்...

நீ எங்கேதா இருக்கெயோ..."

மீண்டும் அவளின் ஓலம்கலந்த அழைப்பு அலையும் நிலவாய் அலைத்தொழிந்தது.

மேய்ச்சலுக்குச் செல்லும்போதெல்லாம் முத்தமிட்டு அனுப்பும் அந்த 'சாஜ' இளவெருமையினை மீண்டும் உச்சிமுகர அவள் காத்திருந்தாள். இதுகாறும் தன் எருமை மந்தையை வழிநடத்தும் அந்த முதி எருமையை ஆரத்தழுவ துடித்திருந்தாள். காப்புக் காட்டினைக் கடந்ததும் வயிற்றில் சுற்றிய தலைப்பாகையை அவிழ்த்துத் தன் தலையில் சுற்ற விழையும் தன் கணவனின் பந்தத்தினைக் கையில் ஏந்த எதிர்பார்த்திருந்தாள். ஆனால், இறுதிவரை அந்த அடர்காட்டின் இமைகள் திறக்கபடவேயில்லை. நிசப்தங்களின் உள்ளங்கைகள் அழுத்திப் பொத்திய அக்காட்டின் காதுகளில் துளியும் விலகலில்லை. அவள் அணங்காய் தொடர்ந்தாள்.

"எதகே... எதகே... ஏன் இவ்வளவு நேரம்.."

என்ற அவளின் பதற்றம் ஓய்வின்றி தொடர்ந்தது. காப்புக் காட்டின் எல்லையைத் தகர்த்து முன்னேற அவளின் கால்கள் பறந்தன. கொடும் பித்து அவளைப் பிசைந்து கொண்டிருந்தது.

2

உறக்கம் கலைந்ததும் நொடிநேரம்கூட தாமதிக்காமல் அங்கு விரைந்தான் காளன்.

“எவ்வே... குனிக்கிக்கா... ஏய்... குனிக்கிக்கா...”

பந்தத்தை அவளின் முகத்தருகே நீட்டி அழைத்தான். அவள் முன்னே சென்று நின்றான்.

“அப்பாடா... காளா... நீயு வந்துட்டியா...

உனக்குத் தெரியுமானு தெரியிலே...

அந்தச் ‘சாஜ’ எருமையின் எளசு மேஞ்சிட்டுத் திரும்பலே...

இந்தா, இந்தத் ‘தொட்ட சோலையிலே’ தான்...

இதுக்கு இதே பொளப்பா போச்சு...

போனவாட்டி கூட்டிவர நீயும் போயிருந்தில்லே... ஆ...

‘கெட்டியையும்’ கூட்டிட்டுப் போயிருக்காரு...

மாசி* புண்ணியத்துலே காப்பாத்திட்டாருப்பா...

வந்துட்டிருக்காரு... இப்போ வந்துடுவாரு...”

குனிக்கியின் கண்கள் விரிந்துகொண்டே சென்றன. அவளின் கருவிழிகளில் அந்த அடர்காடு அகோரமாய் நகைத்துக் கொண்டிருந்தது.

என்றையும்போல அவள் பேசிமுடிக்கும்வரை பொறுமை காத்தான் அவன். அவளின் உணர்வுப் பிழம்புகள் சற்று ஓயும்வரை காத்திருந்தான். அவனேந்திய பந்தத்தின் நெருப்பு காற்றில் அலைந்தது. அவளின் கண்களைக் கூர்ந்தான்.

“குனிக்கிக்கா... அடிக்குற குளுருலே நீ வேறே...

கோடண்ணா வீட்டுக்குப்போயி ரொம்ப நேரமாச்சு..”

“ஏ... நா ரெம்பநேரமா இங்கேதா நிக்குறே”

“அடே.. ஆமாக்கா... நா வரும்போதுதா அந்த எருமையோட பயம்போக்க

துரசெ முள்ளாலே** அடிச்சிட்டிருந்தாரு...

அதோட குண்டிக்கு எண்ணெ வைக்க உங்கள கூப்டுட்டே இருந்தாரு...

---

* படகர்களின் குல தெய்வம்

** அரிப்பை ஏற்படுத்தும் மருத்துவக்குணம் கொண்ட ஒருவிதமான முள்

நீ என்னடான்னா இங்கிருக்கே...

அக்கா... சீக்கிரம் போங்க...

அவரு உங்கள தேடுறதுக்குள்ளே போங்க..."

என்று வழக்கம்போல அவளுடனான அதே உரையாடல்.

"அவ்வே" என்றவாறு தன் தலையைக் கையால் அடித்தாள். அவசர அவசரமாகத் திரும்பினாள்.

"ஏய் காளா... நீ வரலேயா..."

"இல்லே... இல்லே... அக்கா, என்னுடைய எருமையையும் நேத்திலிருந்து காணலே...

இந்தக் காட்டுலேதா இருக்குனு நெனெக்குறே...

செவணண்னா வந்துட்டிருக்காரு...

நாங்கபோயி பாத்துட்டு வந்துடரோ..."

"அய்யோ...

இங்கேபாரு... நீங்க மட்டும் தனியா போயிடாதீங்க...

அதபத்தி உங்களுக்குத் தெரியாது..

அதபத்தி அண்ணா நெறெய சொல்லிருக்காரு. அவசரப்படாதீங்க...

நா போனதும் அண்ணன அனுப்புறே...

அவராலேதா முடியும்பா...

ஏய்... அவசரப்படாதிங்க... நா போனதும் அனுப்புறே..."

என்றவாறு, அவள் வீடுநோக்கி விரைந்தாள். அது அவன் எதிர்பார்த்ததுதான்.

பனியில் நைந்துபோகாது, பாறையிடுக்கில் பத்திரப்படுத்தப்பட்ட சுள்ளிகளை எடுத்து அங்கு நெருப்பு மூட்டினான் காளன். எழுந்த ஒவ்வொரு சில்லுகளும் நிலவைப் பழித்தன. நெருப்பில் சிக்கிய பூசுண்டெ* கோலொன்று பயங்கரமாகப் புகைந்தது. தன் முகம்நோக்கி வந்த அப்புகையை விலக்க முகத்தைத் திருப்பினானவன். தூக்கம் கலையாத தன்

* அரிப்பை ஏற்படுத்தும் ஒருவிதமான தாவரம்

கண்களுக்குள் கார்மஞ்சென புகுந்த அதன் புகையைத் தன் கண்களை அழுத்தித் துடைத்து அகற்றினான்.

தீ நன்கு பற்றியெரிந்தது. வீசும்காற்றில் அவனை நோக்கி தீயின் கரங்கள் நீண்டுகொண்டிருந்தன. வெப்பம் தாளாமல் தொடைமேல் உள்ளங்கையை விரித்துக் காத்தான். அவன் எதிர்பார்த்ததற்கு முன்பாகவே மீண்டும் அங்கு வந்திருந்தாள் குனிக்கி.

3

நெருப்பின் நாவுகள் இரவைச் சுவைத்துக் கொண்டிருந்தன. இடுப்பில் கைவைத்து பெருமூச்செறிந்தாள் குனிக்கி. அவளின் செங்காந்தள் கண்களின் ஓரவிளிம்பில் சில பனித்துளிகள் பூத்திருந்தன. கூதிர்காற்றிலும் அவளுக்கு வியர்த்தொழுகியது. பலநூறு வார்த்தைகளை அடக்கிப் பெருத்த அவளின் வாய் கேள்விக்குத் துடித்தது.

அவள் கேள்வியைத் தொடுப்பதற்கு முன்னமே காளன் முந்திக்கொண்டான். கடந்தமுறையின் அனுபவம் அவனுக்குக் கைகொடுத்தது. ஏமாற்றத்தின் உச்சியில் குனிக்கியின் பொறாத கண்ணீர் ஆறாக ஓடுவதைக் காணச் சகியாமல், அதைத் தவிர்க்க அவனே முந்தினான்.

"ஏங்கக்கா... மறுபடியும் இங்கே...

என்னாச்சு... இப்படி மூச்சுமுட்ட வந்திருக்கீங்க.."

குனிக்கிக்குப் பெருமூச்செறிந்தது.

மூச்செறிந்தவாறே,

"இல்லே.. இல்லே... அவரு..

ம்மா... அவர வீட்லே காணும்.."

என்று அவள் முடிப்பதற்கு முன்னமே,

"அய்யோ அக்கா... இப்போதானே உள்ளே போனாரு...

நீங்க பாக்கலயோ... அடடே...

ஆனா, அவரு உங்கள பாத்ததா சொன்னாரே...

இப்போதா போனாரு... அவரு போட்ட சுள்ளிகூட எரிஞ்சு முடியலே பாருங்க...

செவண அண்ணாவோடு என் எருமைய தேடிப் போயிருக்காரு...

அக்கா, ஒருவேளே அவரு வர்றதுக்கு நேரமாச்சுன்னா, காலையிலே எருமைகளே மேசுக்கு* தொறந்துவிட சொன்னாரு...

நா உங்களுக்கு இத சொல்லக் கிளம்புனே... ஆனா, நீங்களே வந்துட்டீங்க போங்க...

அவரும் சீக்கிரமா வந்துடுவாரு அக்கா... நீங்க வீட்டுக்குப் போங்க.."

அவள் அவனை வெறித்து நின்றாள்.

"ஆமாக்கா நெசமாதா...

எருமெயின் சப்தம் காதுக்கு எட்டுது...

அது கிட்டேதா இருக்கும்... சீக்கிரமா வந்துடுவாரு நீங்க போங்க...."

மீண்டும் அவளுக்குப் பித்தேறியிருந்தது. கசிந்த மனம் கல்லாகிக் கொண்டிருந்தது. விரக்தியின் ஒலி அவளின் அடிமன திலிருந்து ஓயாமல் எம்பி எம்பிக் குதித்தது. கோடன் இட்டதாகக் கூறிய சுள்ளியை வெறித்துப் பார்த்தாள். அது எரிந்து முடிந்தது. அந்த அடர்காட்டைத் தன் எரியும் பார்வையால் மீண்டும் அறைந்தாள்.

முழுநிலவு அக்காட்டின் மையத்தில் தவழ்ந்து கொண்டிருந்தது. அவளின் இதயத்துடிப்பு புறமெங்கும் தொனித்துக் கொண்டிருந்தது. அது உணர்வின் ஓலங்களை அக்காட்டிற்கு விடாது விடுத்துக் கொண்டிருந்தது.

"ஏய்... காளா... கவலேபடாதே..

அவரு உன் எருமைய கூட்டிட்டு வந்துடுவாறு.."

என்றவள் திரும்பிப் பார்க்காமல் வீட்டினை நோக்கி நகர்ந்தாள். அவளின் காட்சி மறைய வெள்ளி முளைத்தது. எழுந்து நின்று நெட்டிமுறித்தான் அவன். உடல் முழுதும் ஏறிய வெப்பத்தில் உறக்கத்தின் முரட்டுத்தனம் கூடியிருந்தது. கண்கள் கட்டிக்கொண்டு வந்தன.

---

* மேய்ச்சலுக்கு

சன்னமாய் ஒரு சீழ்கையொலி அவனை நெருங்கிக் கொண்டிருந்தது. மீண்டும் சில விறகுகளை நெருப்பில் இட்டவன் முக்காடுப்போட்டு அமர்ந்துகொண்டான். சீழ்க்கையொலி பெருகி அருகியது. செவணன் வந்து நின்றான்.

"காளூ... இது என்னடா பொளப்பு...

இன்னு எத்தனெ நாளுக்குத்தா இப்படி..

உம் பொண்டாட்டி வீட்டுக்கு வெளியே, எலும்ப உருக்குற இந்தக் குளுருலே உனக்காக ரொம்பநேரமா காத்திருக்கா..."

என்றவாறு மண்ணால் செய்த பத்தியை* நெருப்பில் லோசக வாட்டினான். அடர் சிவப்போடு மெல்லிய கருப்பும் படிந்திருந்த அந்த 'பத்தி' நெருப்பின் பொன்னொளிப் பட்டதும் பளபளத்தது. தொடர்ந்து புகையிலையையும் லோசாக வாட்டி, உள்ளங்கையில் இட்டு நன்கு தேய்த்தான். அதை 'பத்தியின்' அகன்ற மேல்முனையில் இட்டு நிரப்பினான்.

"இதுக்கொரு முடிவு பன்னியாகனுமே"

நன்கு எரிந்துகொண்டிருந்த கொள்ளியை எடுத்து பத்தியைப் பற்றவைத்தான்.

"நாளிக்கே ஊருலே பேசிடுறே...

அவள அடச்சு வைக்குறத தவிர வேறே வழியில்லே...

நீ எத்தனே நாளுதா இப்படி பின்னாடியே வந்துட்டிருப்பே... ஆ... சொல்லு...

அவள புலி கிலி அடிச்சதூனா என்ன செய்யுறது...

அதவிட பெரிய வம்பு... கோடண்ணா தீத்துக்கட்டுன அதுக்கு வாரிசு இருக்கானுவேறே தெரியலே...

அதனுடைய இரத்தம்... சிந்தின எடத்துக்கு அதோட வம்சம் இனிவராதுதான்... ஆனாலும்,

'பட்டகொரெ' ஊருலே நடந்தது உனக்கு தெரியாதா பின்னே...

பாவம் குனிக்கி... பழி பாவத்திற்கு ஆளாகிட கூடாதில்லே.."

என்றவாறு இழுத்து இழுத்துப் புகையை ஊதினான் செவணன்.

---

* புகைபிடிக்கும் குழாய்

‘பத்தியை’ அவன் இழுக்க இழுக்க அதன் முகப்பில் உள்ளோடிய நெருப்பையே வெறித்திருந்தான் காளன். இழுக்க, இழுக்க எரிந்து புகையும் அதைப்போலவே கோடனின் நினைவை அவன் மனம் இழுத்து இழுத்துப் புகைத்துக் கொண்டிருந்தது. தோடே சரிவின் பாறையெங்கும் அன்று கொட்டிக்கிடந்த இரத்தத்தின் நினைவோ எரியும் நெருப்பினும் மேலாய் அவன் நினைவில் தகித்துக் கொண்டிருந்தது.

“ஏய் செவணண்ணா... குனிக்கியக்காவே என்ன பைத்தியம்னு நெனச்சீங்களா?

அவள அடச்சு வச்சுட்டு நம்மலாளே நிம்மதிய தூங்கிட முடியுமா?..

அதெல்லாம் இருக்கட்டும்... அவள அடச்சு வச்சிடதா முடியுமா.?

இன்னு எத்தன நாளானாளும் இப்படி வந்துதா ஆகனு...

ஏன்.. நானே இல்லாட்டியு நீங்க வரமாட்டிங்களா?”

“இல்லேடா... அவளுக்கு எடுத்துச் சொல்லலானுதா...”

“எடுத்துச் சொன்னா மட்டும்... அவங்களுக்குப் புரியாது அண்ணா...

அது நமக்குப் புரிஞ்சப்பறமும் இப்படி புரியாம பேசலாமா?... ஆ..

மொறப்படி பாத்தா, இந்த ஊர்லே வீட்டுக்கொருத்த அந்த வீட்டுக்குக் காவலிருக்கனும்... அந்த நாள மறந்துட்டீங்களா?

கோடண்ணாவைத் தவிர வேறே எவனாலே அப்படிச் செஞ்சிருக்க முடியும் சொல்லுங்க...

வெவரம் தெரிஞ்ச நாள்ளிருந்து அது எத்தனபேரே, எத்தன எருமெய கொன்னிருக்கும்...

ஏன்... உங்க தாத்தாவே அதனாலே கொலையுயிரா கெடந்தத மறந்துட்டீங்களா?...”

“ம்... ம்... சரிதான்...”

“அதனுடைய தலைய எடுக்கறது என்ன சாதாரணமானதா..

அதுகிட்டே சிக்கிய எருமையையு கவனிச்சுகிட்டு, கொடும் மாயத்துலே சொழலுற அதையும் சமாளிக்க அவரு எப்படி நின்னிருப்பாரு...

அப்பாடா... யோசிச்சாலே தலெ சுத்துது..."

தன் பக்கமாக எழுந்தெரிந்து கொண்டிருந்த நெருப்பின்சூடு அவனுக்கு உறைக்கவில்லை. சில நெருப்புச் சில்லுகள் அவனது தலைப்பாகையில் படிந்திருந்தன. அது மசிந்து சாம்பல் சிந்திய கரும்புள்ளிகளில் அந்தக் கருப்புநாளின் பக்கங்கள் அவ்விருவருக்காய் புரண்டுகொண்டிருந்தன.

"இல்லேடா காளு... நாம அன்னிக்கு தப்புப் பண்ணிட்டோ...

அங்கங்கே செதறி 'ஜள்ளெயா' கெடந்த கோடண்ணாவின் ஒடம்பு பாகத்தெயெல்லா கொண்டாந்து சாவு செஞ் சிருக்கனும்..."

"செஞ்சிருந்தா?..."

"இல்லே... குனிக்கிக்குப் புரிஞ்சிருக்குமில்லே..."

"அண்ணா, என்ன சொல்லுரீங்க...

அந்த ஆறடி மனுஷன 'ஜள்ளெயா', அங்குல அங்குலமா கொண்டாந்து சாவு செஞ்சிருந்தா...

குனிக்கி உசரோடவா இருந்திருப்பா?

பாட்ட பூட்டனாலேயே செய்யமுடியாதத செஞ்சவர இப்படி சாவுசெஞ்சா ஒலகோ நம்மள மெச்சுமா?... சொல்லுங்க..."

'பத்தியில்' ஏறிய புகையிலையின் இறுதிச் சுற்று எரிந்து புகைந்தது. அந்தக் கடைசி இழுப்பின் புகையும் செவணனின் முகத்தில் அன்றைய நினைவின் இருளைப் படர்த்திச் சென்றது.

கீழ்வானம் விழித்தது. 'தொட்டசோலை' உறங்கிக் கொண்டிருந்தது. அப்புலமெங்கும் மந்தை எருமைகள் படரத் தொடங்கின.

மசிந்து எரிந்து கொண்டிருந்த நெருப்பினை 'நேரி' மரத்தின் கோல்கொண்டு கிளறி அணைத்தான் காளன். அது காப்புக் காட்டிற்குமுன் இட்ட நெருப்பு. அதை அப்படித்தான் அணைக்க வேண்டும்.

எழுந்த கரும்புகை காளனின் கிளர்ச்சிக்குத் தூபமிட்டது. கோடனால் துண்டாடப்பட்டுத் துண்டு துண்டாக, பெரிய பெரிய 'ஜள்ளெயாக' கிடந்த அதன் அங்கங்களை எரித்தபோது நாறி எழுந்த அதே கரும்புகை.

அதை நினைத்ததும் இறுகிய பச்சை மாமிசத்தைச் சுட எழுந்த கருகும் நாற்றம் காளனின் வாய்க்கும் நாசிக்கும் இடையில் மீண்டும் நமத்தது. கடைநாவை மேலண்ண நாசித்துளையில் அழுத்தி, செருமித் தேய்த்து அந்த நாற்றத்தை விழுங்கித் தீர்க்க முயன்றான். அந்த முயற்சி தொடர்ந்தது. அது மானுட உடல் சலத்தின் ஆதிக்கூறு. நீக்குவது அவ்வளவு எளிதல்ல. கைகளில் படிந்திருந்த அதன் இரத்தமும் அப்படித்தான். கழுவ கழுவ நிண நாற்றம்.

கோடன் மீட்ட 'சாஜ' கால்வழி எருமையின் இளங்கன்றும், அந்த முதி எருமையும் அங்கு வந்திருந்தன.

பொழுதுசாய்ந்து காளன் ஓட்டிவரும்வரை அவை அந்தக் காப்புக்காட்டில், அதே 'பைகெ' மரத்திற்கடியில்தான் கோடனுக்காகக் காத்திருந்தன. காளன் எவ்வளவு முயன்றும் அதனிடம் உண்டான இந்தப் பழக்கத்தைப் போக்க இயலவில்லை. குனிக்கியின் பித்துப்பார்வை அவைகளையும் பீடித்திருந்தன.

இப்போதெல்லாம் மந்தைகளுக்கு அவ்வடர்காட்டின் பசுந்தழைகளே பிரதான உணவு. இந்தச் சுதந்திரம் கோடனின் இரத்தத்தில் விளைந்தது.

4

சூரியன் மலைமுகட்டில் அமர்ந்திருந்தான். 'கெட்டிக் கம்பைக்கு' விரைந்தான் காளன். ஒரு மாதத்திற்குத் தேவையான மளிகைப் பொருட்களை வாங்கினான். ஆமெசேமெ* கூடையில் இட்டு தலையில் சுமந்துகொண்டு வேகமாகத் திரும்பினான். அவன் கணித்ததைப் போலவே குனிக்கி மீண்டும் 'தொட்ட சோலையை' நோக்கி சென்றுகொண்டிருந்தாள்.

"ஓ.. குனிக்கிக்கோய்...

ஓ... குனிக்கிக்கோய்..

எங்கே போறீங்க...

ஒரு முக்கியமான ஜோலி.. சீக்கிரம் வாங்க..."

என்றவாறு அவளின் வீட்டை நோக்கி விரைந்தான்.

முற்றத்து திண்ணையில் கூடையை இறக்கினான். தன் வலதுகாலைத் திண்ணையின்மேல் வைத்து அழுத்தினான்.

---

* விழாக்களின்போது பயன்படுத்தும் பெரிய கூடை

நெடுநடையால் பிடித்திருந்த கால்கண்டத்தை அழுத்திப் பிசைந்து கொடுத்தான்.

“ஏய்... காளா... என்னதிது...”

“அக்கா, கோடண்ணா கொடுக்கச் சொன்னாரு”

அவள் புரியாமல் விழித்தாள்.

“ஓ... சரி... சரி... உன் எருமைய அவரு பத்திரமா கொண்டாந்து சேத்தாரா...”

“ஓ... அதெல்லாம் நல்லபடியா...

அக்கா, அண்ணே ‘போசண்ணாவோடு’ சீரியூர் ‘எம்மட்டிக்குப்’ போயிருக்காரு...

அங்கே, கொஞ்ச எருமைங்களுக்கு ஓடம்பு சரியில்லெயாமா...

மருந்துசெய்ய அண்ணன கூப்டுட்டுப் போயிருக்காரு...

உங்ககிட்டே சொல்லிட்டு போகலானுதா நெனச்சாரு... அதில நெறெ மாச ஈத்து* எருமெக வேறே ரொம்ப முடியாம இருக்குதாமா...

வேறே வழியில்லக்கா...

அடுத்த பௌர்ணமிக்கு வந்துருவேனு சொல்ல சொன்னாரு...

உங்கள கோச்சிக்கவேணானு சொன்னாரு...”

என்று காளன் சொல்லிமுடிக்க அதுவரை அவனை வெறித்துப் பார்த்திருந்த, தூக்கமின்றி தேய்த்துச் சிவந்த தன் விழிகளைத் தரைகுத்தி நிறுத்தினாள். திரண்டிருந்த கண்ணீரை மறைக்க அங்குமிங்கும் திரும்பி சமாளித்தாள். கீழுதடை பல்லால் விட்டு விட்டுக் கடித்தாள்.

‘என்ன மனுஷ.... என்ன ஒருவாட்டி பாத்துட்டு போயிருக்கலாமில்லே...

அதுக்குகூட கஷ்டமா.’

பொங்கிவந்த வார்த்தையை அடக்கினாள்.

போலிப் புன்னகையைச் சுமந்துகொண்டு அக்கூடையை வீட்டிற்குள் கொண்டுசென்றாள். கையில் காளனுக்கு மோரோடு வந்தாள்.

---

* நிறைமாத எருமைகள்

கோடனைப்பற்றி அவளுக்கு நன்கு தெரியும். அவன் அப்படித்தான். அவனுக்குப் பிள்ளைகளைவிட எருமைகள்தான் பெரிது. அவனுக்கான உரையாடல் அவளுக்குள் மானசீகமாகத் தொடர்ந்தது.

காளன் மோரைக் குடித்து முடிப்பதற்குள் கையில் கோடனின் மாற்றுத் துணிகளைக் கொண்டுவந்தாள். அதில் அவனது தலைப்பாகைத் துணியை மடிப்புக் கலையாமல் மேலே வைத்திருந்தாள்.

அன்று கோடனின் குருதியில் நனைந்த இந்தத் தலைப்பாகைத் துணியை, அவனின் நினைவாகக் குனிக்கிக்கு அளித்தபோதுதான் அவளை இந்தப் பித்துப் பிடித்தது.

துணிகளையும், கையில் இறுக்கமாகப் பிடித்திருந்த தலைப்பாகைத் துணியையும் அவனை நோக்கி நீட்டினாள். தனக்குச் சொல்லிவிட்டு போகவில்லையே எனும் ஆற்றாமை அவளின் நெஞ்சு புடைக்கப் பொங்கியது.

"காளா... இந்த மாத்துத் துணிய அவருக்குச் சேத்திரு...

கொஞ்சநாளாவே இந்தத் தலைப்பாகேத் துணி இங்கேதா கெடக்குது...

குளிருக்கு அவரு என்ன பன்னுறாருனு தெரியலே... இதெயு அவருகிட்டே சேத்திரு..."

குனிக்கியின் கண்ணீர் காளனைத் தொற்றியிருந்தது. தலையசைத்து அதை வாங்கியவன் திரும்பிப் பார்க்காமல் நகர்ந்தான்.

திண்ணையில் அமர்ந்தாள் அவள். மீண்டும் அவளுக்கு அவ்வடர் காட்டிலிருந்து எருமைகளை மீட்டது குறித்து கோடன் கூறிய காட்சி விரிந்தது. அடர் இருட்டில் கோடன் பந்தத்தைச் சுழற்றும்காட்சி அவளின் கண்களில் திரண்டுகொண்டிருந்தது.

"காளா... நம்ம பாட்ட பூட்டங்க காப்புக் காட்டுக்காக வச்சதூனு விட்டாக்கா அது எல்லெமீறி போகுது...

ஒவ்வொருவாட்டியு நா அவ்வளவு செல்றே... கொஞ்சங்கூட புண்ணியமில்லே...

அது அதனோட குணமா இருந்தாலு, எல்லாத்துக்கு ஒரு எல்லெ இருக்கு..."

இது சரிப்பட்டு வராது...

கடமைய மறந்து நரப்பசியிலே அலையுது...

இருக்குறதிலேயே பெரிய நர 'ஜள்ளெக்கு' அது அலையுது.

ஏய்.. காளா 'ஜள்ளென' தெரியுமில்லே? தெரிஞ்சுக்கோ, இருக்குறதுலேயே பெருசான மாமிசத் துண்டூனு அதுக்கு அர்த்தம்...

இது பூட்டன் காலத்துப் பாஷே...

அடுத்தவாட்டி அது எல்லெமீறுனா அதுதா அதுக்குக் கடைசி...

அதனுடைய பரட்ட தலைய கொத்தா புடிச்சி தலைய ஒரே வெட்டா..."

என்ற அவனுடனான கோடனின் இறுதி உரையாடல் அப்புலமெங்கும் எதிரொளித்துக் கொண்டிருந்தது.

கோடன் சென்னதைப் போலவே 'தோடே' பள்ளத்தின் விளிம்பில், கோடனின் கையில் வெட்டுண்டுக்கிடந்த அதனுடைய தலை தோன்றி தோன்றி மறைந்தது.

சாய்வின் விளிம்பில் பொழுது நின்றொலிர்ந்தது. 'சாஜ' எருமையின் நினைவெழுந்தது. இருட்டிவிட்டால் அது தடுமாறும். 'தொட்ட சோலைக்கு' விரைந்தான்.

அது 'பைகெ' மரத்தின்கீழே அதே இடத்தில் அமர்ந்திருந்தது. அருகி அணைந்தவன் அதை ஓட்டிச்செல்ல தூண்டினான். அது சற்றும் அசரவில்லை. 'தோடே' பள்ளத்தின் மேல் விளிம்பினையே வெறித்திருந்தது.

காளன் அவ்விளிம்பிற்கு அருகில் சென்று எட்டிப்பார்த்தான்.

கீழே தெரியும் செங்குத்துப் பாறைமேல் அன்று சிதறி 'ஜள்ளெயாய்' கிடந்த கோடனின் இதயம் துடித்துக் கொண்டிருந்தது.

பதிவுகள், ஏப்ரல், 2023

செம்பப்பு சக்கெ!

கணுக்காலின் மேற்கெண்டையில் மினுங்கும், முதிர்வின் வலைபோர்த்திய காலில், புடைத்திருந்த நரம்பில் குருதி பெருக, எக்கி பரண்மேல் எதையோ துழாவிக்கொண்டிருந்தாள் செள்ளி.

அவளின் எழுபது வயதை எப்போதுமே முப்பதாகக் காட்சிப்படுத்தும் உடல்திறம் இன்றும் அவளோடு நீண்டிருந்தது. வயதின் முதிர்வினை அண்டவிடாது மாயம் செய்யும் அவளை வியக்காதவர்கள் அவ்வூரில் யாருமில்லை. சுருக்கமடையாத உள்ளத்தாலும், குழந்தைகளுக்கான தேர்ந்த நாட்டு மருத்துவத்தாலும் அவள் அவ்வூரில் விசலமடைந்துகொண்டே இருந்தாள்.

கைகளால் துழாவி துழாவித்தேட அவளுக்கு அது கிடைத்தப்பாடில்லை. சலித்துக்கொண்டே சமையலறையில் இருக்கும் முக்காலியை எடுத்துவந்து அதன்மேல் ஏறி தேடினாள். எக்கி, எக்கி எட்டிப்பார்த்தாள். பரணின் பாதிவரை மட்டுமே தெரிந்தது. மேலும் தொடர்ந்த முயற்சியில் கண்விழிப்படலம் நோவுற அவளின் தேடல் தொடர்ந்தது.

கடும் வயிறுப்போக்கால் அவதியுறும், அவளின் பதினோரு மாதப் பேத்தி ‘மணியின்’ நலிவு ஓலத்தைக் கூர்மையாகக் கேட்டுக்கொண்டே தன் மனதில் நோவினைச் சேர்த்துக்கொண்டிருந்தாள்.

‘ஈரமாசியே! ஈரமாசியே!’

என்று தன் குலதெய்வத்தின் பெயரினை முனங்கியப்படியே தன் தேடலைத் தீவிரமாக்கினாள். இறுதியில், பரணின் வலப்புறத்தின் மூலையிடுக்கில் கிடைத்தது அந்த அழுக்கேறிய வெள்ளைத் துணிக்கட்டு.

முக்காளியைவிட்டு இறங்காமலேயே வேகமாக, தன் கண்பார்வையோடு கைநோக்கத்தினைக் கோர்த்து அக்கட்டை விரைவாகப் பிரித்தாள்.

"நாசமாய்ப்போன கட்டு... இதை இப்படி கட்டியவள் யார்? ஏய் மாதி! உனக்கு அறிவில்லையா?"

என்று திட்டியபடியே அவளின் முயற்சி தொடர்ந்தது. அதேநேரத்தில், தொடரும் மணியின் அழகையொலியோ செள்ளியின் மனதிலுள்ள நம்பிக்கைக் கட்டினைச் சற்று விரைவாகவே அவிழ்த்துக் கொண்டிருந்தது.

அழுக்கேறி இறுகிய அத்துணிக்கட்டினை 'ஏ சவுன' என்று சாடியபடியே இறுதியாக முழு பலத்துடன் அவிழ்த்தாள்.

★ ★ ★

பழமையூறி, பிசிர் பிசிராக நைந்துபிரிந்த அத் துணிக்குள்ளிருந்த பொருட்களைத் தன் உள்ளங்கையில் கொட்டி ஆராய்ந்தாள். ஆழப் பெருமூச்சுடன் பலகையைவிட்டு இறங்கி விரைந்து வீட்டின் உள்ளறைக்கு ஓடினாள்.

இருள்சூழ்ந்த அந்த அறையில் விளக்கேற்றும் எண்ணம்கூட அவளுக்கு எழவில்லை. அதற்கு அவளுக்கு நேரமும் இல்லை. ஏதோ பழக்கத்தில் அவ்வறையின் சுவற்றில் குடைந்து அமைக்கப்பட்டுள்ள கச்சுபள்ளியிலுள்ள* மருந்தரைக்கும் அரெகல்லினை** எடுத்தாள். அதை தன் வலதுக்கரத்தில் ஏந்திக்கொண்டே கொல்லைக்கு ஓடினாள்.

தன் தலைமயிரின் பிசிர் தெரியாவண்ணம் கச்சிதமாக, வெண்ணிற துணியால் கட்டிய 'மண்டெப் பட்டு' அவிழ்ந்ததைக்கூட அவள் உணராது இயங்கினாள். தலைப்பட்டில்லாத செள்ளியை இன்றுதான் முதல்முறையாகப் பார்க்கிறாள் மாதி.

★ ★ ★

மணியோ! அவளின் தந்தை அஜ்ஜனின் மடியில். அவளது இறுதி ஓலங்களைக் கண்ணீர் வற்றிப்போன தன் கண்களுக்குள் இறுக்கி மென்முனகலாக மாற்றிக் கொண்டிருந்தாள்.

---

* வெண்கலப் பொருட்களை வைப்பதற்காகச் சுவற்றினைக் குடைந்து அமைக்கப்பட்டுள்ள பகுதி

** மருந்தரைக்கும் கல்

வன்மையாய் முனகும் அஜ்ஜனின் கண்களில் பனிக்கும் கண்ணீர்த்துளி, அவனின் ஒட்டிய தாடைவழி வகிடுகிழித்து வயிறுவரை இறங்கும் காட்சியைச் சுவரோடு நின்றுக்கொண்டிருந்த அண்டைவிட்டு மல்லனால் சகிக்க முடியவில்லை.

ஏய்! அஜ்ஜா... ஒன்றுமாகாது அழாதே...

என்று பலமுறை ஆறுதல் சொல்லியும் அங்கு அழுகைக்கு அணையில்லை.

தன் பின்மண்டையைச் சுவற்றில் மோதி மோதி, தன் வலியை வளர்த்துக்கொண்டிருந்த அஜ்ஜனுக்கு மணியின் முனகல் உயிரின் அடியை உலுக்கிக் கொண்டிருந்தது.

மடியில் மடித்துப்போட்ட இரண்டு கனமான கம்பளிகளையும் தாண்டி, தன் 'கச்சை' முழுவதையும் நனைத்த மணியின் பேதியின் நெடியுடன் மீளாத துக்கத்தின் நெடியும் சேர்ந்து அவனைத் திணறடித்தது.

மூன்று பிள்ளைகளைக் காவுவாங்கி நான்காவதாய் பிறந்தவள் மணி. அஜ்ஜனின் குலச்சடங்கான தெவ்வச் சடங்கில்* தன் மனைவி 'மல்லெ' சோற்றினை மடிப்பிச்சையாகப் பெற்று, முதல்முறையாக ஐந்து மாதம் கருநிலைத்து, கண்மணிப்போல பிறந்த இந்த மணி தந்த மகிழ்ச்சி ஒளி அணையப்போவதை எண்ணியெண்ணி அரற்றி அழுத அஜ்ஜன் சற்றே ஒருகணம் மணியை உற்றுப்பார்த்தான். மணியின் மெல்லிய முனகலும் நின்றுபோயிருந்தது.

"எவ்வே! பொம்மெ! பொம்மெ!"

என்று பதறி, மணியின் கழுத்தை உலுக்க, சட்டென அகலத் திறந்த மணியின் கண்கள் பிறைநிலவாய் தேய்ந்து மூடி இறுகியது.

அவளின் அந்தக் கடைசிப் பார்வையின் மொழி ஓராயிரம் வலிமிகு அம்புகளை அஜ்ஜனின் உயிரில் தைத்தது.

★ ★ ★

"ஏய்! மல்லே..

ஏய்! மல்லெ..

---

* படகர்களின் அறுவடைத் திருவிழா

வந்து கொஞ்ச நம்ம மணிய பாருடி.. பாருடி..”

என்று வலிகொண்ட ஒற்றை எருமையாய் அலறினான்.

மருத்துவத் தாயார் இல்லத்தில் மருந்து கொடுத்தும் கேட்காத நிலையில், மணி மீள்வது அரிது என்று மருத்துவர்கள் சென்ன கணத்தில் சிலையான மல்லெ இப்பொழுதும் அதுவாகவே தொடர்ந்தாள்.

மல்லனோ விரைந்துசென்று அவளின் தோள்களை உலுக்கியும் பயனில்லை. வெறித்த அவளின் பார்வையில் பலமுறை கண்ணீர் நிரம்பி வழிய, சலனமற்றவளாகவே தொடர்ந்தாள். அமர்ந்து நீட்டிய தன் கால்களைச் சற்று விரித்துக்கொண்டு சிகைவிரி கோலத்தில் அவள் பல பல வலிகளைப் பிரசவித்துக் கொண்டிருந்தாள்.

தன் மகனின் அலறல் கேட்ட கணத்தில், கண்களில் கண்ணீர் களமாட, ஓடிவந்தாள் செள்ளி. வேகமாக அரைகல்லில் வயிற்றுப்போக்கு மருந்தான செம்பப்பு சக்கெயை* அரைத்தாள். பதற்றத்தில் இரண்டு மூன்று சொட்டுகள் தண்ணீர் மிகுந்துபோக, அதை களிம்புநிலைக்கு மாற்ற வேகமாக அரைத்தாள்.

ஏய் ஈரமாசியே! இது என்ன சோதனே..

கையிலே அஞ்சு வசம்பு மணிய கட்டினேனே..

அவ பொறந்த நாப்பதாவது நாளுளே வயித்துப் பூச்சிய முரிச்சு பலம்கூட்ட அரெமத்து** மருத்துவத்த செஞ்சேனே.....

கொறையில்லாமே எல்லாத்தையும் சரியா செஞ்சேனே...

ஏன் இந்தச் சோதனே?

என்று அவள் புலம்பிக் கொண்டே அரைக்கக் களிம்பாகியது செம்பப்பு சக்கெ. அதை தனது வலது ஆட்காட்டி விரலில் எடுத்து வெண்கலக் கோப்பையில் சேகரித்தாள்.

★ ★ ★

சாணமிட்டு மெழுகிய தரையைத் தன் இடதுகையால் பொத்தி முனகலுடன் எழுந்து சென்றாள். மாதனின் மடியில்

* வயிற்றுவலிக்குரிய படகர்களின் மூலிகை மருந்து

** குழந்தை பிறந்த 40 நாளில் கொடுக்கப்படும் மூலிகை மருந்து

கிடந்த மணியைத் தன் மார்புடன் ஆர அணைத்தெடுத்துச் சம்மணமிட்டு அமர்ந்தாள்.

குழந்தையைத் தன் மடியிலிருத்தினாள். தன் கைவிரலால் இராகிக் களியின் நிறத்தில் கட்டிவிட்ட மணியின் வாயை விலக்கினாள். தன் வலது கையின் ஆட்காட்டி விரலால் செம்பப்பு சக்கெயின் களிம்பினைப் பதமாய் அளித்தாள்.

'எவ்வே! ஈரமாசியே! எல்லாம் உன்கையில் ...'

என்று தன் இடது கையை மேல்நோக்கி தூக்கி தூக்கிக் காட்டி, வானத்தைச் சுட்டியபப்படியே கொடுத்தாள்.

ஏகதேசமாகப் பத்தாவது ஊட்டலில் கொடுத்த மருந்து மணியின் வலப்புற வாயின் பக்கவாட்டில் வழிந்தது.

"அவ்வே! அவ்வே! ஈரமாசியே!" என்று கதறினாள் செள்ளி. மணியின் வாயினை உலுக்கினாள். அவளைத் தன் தோளில் போட்டுத் தூக்கி முதுகைத் தடவினாள், தட்டினாள். இறுதியாக செள்ளியும் மல்லெயைப் போலவே சிலையானாள்.

அவளின் ஒட்டியக் கன்னத்தில் ஓயாமல் கண்ணீர் வழிந்தது. அதைத் துடைக்கக்கூட உணர்வின்றி சுவற்றில் சாய்ந்த செள்ளியையும் ஓடிச்சென்று தோளினை உலுக்கினான் மல்லன். சிலையெனவே தொடர்ந்தது அவனது இரண்டாவது முயற்சியும்.

தன் இரு கரங்களையும் தலையில் வைத்து, தேம்பி தேம்பி அழும் அஜ்ஜனுக்கு ஆறுதல் சொல்ல என்ன உள்ளது... என்று நினைத்து நினைத்துப் பெருகிய மல்லனின் கண்ணீர் அவனையும் சிலையாகவே மாற்றியிருந்தது.

★ ★ ★

அவ்வீடு முழுவதும் ஒரே நிசப்தம். ஆதிக்குருதியின் நிணம்நாற சுவரோடு சாய்ந்தவர்களைச் சுவராகவே மாற்றியிருந்தாள் மணி.

தன் வலக்கரத்தின் மணிக்கட்டால் கண்களை அழுத்தி துடைத்துக் கொண்டே செள்ளியை வெறித்துப் பார்த்தான் அஜ்ஜன். அவனின் இறுதி நம்பிக்கையும் பொய்த்தது. அவன் ஒரே இடத்தில் நெடுநேரம் அமர்ந்திருந்ததால் பிடித்திருந்த தன் கால்தசைகளைச் சற்று தளர்த்தி, சுவற்றினைப் பொத்தி எழுந்தான். மணியின் மலம் வரைந்த தன் அவிழ்ந்த கச்சையை வெறுமென அனிச்சையாய் சுற்றிக் கட்டினான்.

சிலையான செள்ளிக்கு அருகில் சென்று முட்டியிட்டு அமர்ந்தான். தன் தடித்த கரங்களால் மணியின் கன்னங்களைப் பிடித்து அழுத்தித் தடவினான். "ஏ முத்து! ஏ முத்து!" என்று விளித்தவாறே சம்மணமிட்டு அவளைத் தன் மடியில் கிடத்தினான்.

"ஏய் பொம்மெ! கண்ணத் தெறந்து பாரடி..." என்று குழைந்து முனங்கினான்.

தாளாத வருத்தம் தோய்ந்திருந்தது. தரையில் கோப்பையில் வைக்கப்பட்டிருந்த செம்பப்பு சக்கெயின் களிம்பினைத் தன் நடுங்கும் வலக்கரத்தின் ஆட்காட்டி விரலால் எடுத்தான். கார்முகிலென மாறிப்போன மணியின் உதட்டினை விலக்கி வலிந்து ஊட்டினான்.

குமுறும் நெஞ்சத்தில் குழையும் அன்பு மேலும் மேலும் அழுத்த, உயிர்விடும் ஓவமூச்சில் வான்நிலவும் அழுதது. இப்படியே வைகறைவரை நீண்டது தந்தையின் இந்த மானசீகத் தாலாட்டு.

மீளாத துக்கம் அஜ்ஜனின் கண்களை இருட்ட, அடர்ந்து இருண்ட உலகில் உலவிய அஜ்ஜனை ஏதே ஒரு ஸ்பரிசம் தீண்டியது.

சுடும் பாதையில் கிடைத்த நிழலாய், அது அவனது சுயத்தில் எள்ளளவு சுகம் கூட்ட, அவனின் சிந்தனையில் மீண்டும் மணி உதித்தாள்.

தீடீரென்று பதறிக் கண்களைத் திறந்து பார்த்தான்.

மணியின் கைகள் அவனது கன்னத்தில் புது ஜென்மத்தை வரைந்து கொண்டிருந்தது.

ஒளியிழந்த தன் கண்களுக்கு மணியின் அகலத்திறந்திருந்த கண்கள் புத்தொளியை வார்க்க, அவ்வறை முழுதும் செம்பப்பு சக்கெயின் மணம் நிறைந்திருந்தது.

பதிவுகள், ஏப்ரல், 2020

★ ★ ★